ஐயாவின் கணக்குப் புத்தகம்

அ. முத்துலிங்கம்

நற்றிணை பதிப்பகம்

ஐயாவின் கணக்குப் புத்தகம் * கட்டுரை * அ.முத்துலிங்கம் * ©அ.முத்துலிங்கம்
* முதல் பதிப்பு: டிசம்பர் 2019 * வெளியீடு: நற்றிணை பதிப்பகம் (பி) லிமிடெட்
* எண். 136, தரைத்தளம், சோழன் தெரு, ஆழ்வார்திருநகர், சென்னை – 600 087.

* கைப்பேசி   : 094861 77208
* மின்னஞ்சல்   : natrinaipathippagam@gmail.com
* தொலைபேசி   : 044 – 4273 2141
* அச்சாக்கம்   : தி பிரிண்ட் பார்க், சென்னை–600 117.

அ. முத்துலிங்கம்

அ. முத்துலிங்கம் இலங்கையின், கொக்குவில் கிராமத்தில் பிறந்து வளர்ந்தவர். கொழும்பு பல்கலைக்கழகத்தில் விஞ்ஞானப் படிப்பை முடித்தபின், இலங்கையில் சாட்டர்ட் அக்கவுண்டன்ட் படிப்பையும் இங்கிலாந்தில் சாட்டர்ட் மனேஜ்மெண்ட் படிப்பையும் பூர்த்திசெய்து இலங்கையிலும் ஆப்பிரிக்காவிலும் இன்னும் பல நாடுகளிலும் ஐ.நா.வுக்காகப் பணிபுரிந்தவர். இவர் 2000த்தில் ஓய்வுபெற்று, கனடாவில் மனைவி ரஞ்சனியுடன் வசிக்கிறார். பிள்ளைகள் இருவர்: சஞ்சயன், வைதேகி. வைதேகியின் மகள்தான் இவர் கதைகளில் வரும் அப்சரா. சஞ்சயனின் மகள் பெயர் சகானா.

அறுபதுகளில் எழுத ஆரம்பித்து இன்றும் இவருடைய பணி தொடர்கிறது. சிறுகதை, கட்டுரை, நேர்காணல், நாடகம், விமர்சனம், நாவல் என எழுதிவருகிறார். இவர் தமிழ்நாடு அரசாங்க முதல் பரிசு, இந்திய ஸ்டேட் வங்கியின் முதல் பரிசு, இலங்கை அரசு சாகித்தியப் பரிசு, கனடா தமிழர் தகவல் நாற்பதாண்டு சாதனை விருது, திருப்பூர்த் தமிழ்ச் சங்கம் பரிசு, விகடன் விருது 2012 (குதிரைக்காரன் – சிறுகதைத் தொகுப்பு), எஸ்.ஆர்.எம் பல்கலைக்கழகப் படைப்பிலக்கிய விருது (2013) ஆகியவற்றைப் பெற்றிருக்கிறார்.

சமர்ப்பணம்

அன்றும், இன்றும் தமிழ் நிலைத்து நிற்பது புரவலர்களால்தான். சடையப்ப வள்ளல் இல்லையேல் கம்பராமாயணம் எங்களுக்குக் கிடைத்திருக்காது. புரவலர்கள் இல்லாதிருந்தால் உ.வே. சாமிநாதையரால் அழிவு நிலையிலிருந்த பழைய தமிழ் இலக்கியங்களைப் பதிப்பித்திருக்க முடியாது.

இந்தக் கால வள்ளல் மருத்துவர் விஜய் ஜானகிராமன்.

ஹார்வர்ட் பல்கலைக்கழகத் தமிழ் இருக்கை இவர் இல்லையென்றால் எங்களுக்குக் கிடைத்திராது. அரை மில்லியன் டொலர்கள் முதல் ஆளாகக் கொடுத்து அதை ஆரம்பித்து வைத்தவர். பின்னர், ரொறொன்ரோ பல்கலைக்கழக தமிழ் இருக்கைக்கு அத்திவாரமாக இருந்தவர். நாவலர் நெடுஞ்செழியன் ஞாபகமாக 5000 டொலர் பெறுமதியான தகைசால் தமிழ் இலக்கிய விருதை வருடாவருடம் வழங்குவதற்கு ஏற்பாடு செய்தவர். இப்பொழுது 50,000 திருக்குறள் புத்தகங்களை உரையோடு பதிப்பித்து அவற்றைத் தமிழ்நாட்டுப் பள்ளிச் சிறார்களுக்கு இலவசமாக வழங்குகிறார். புரவலர்கள் புகழ் ஓங்கினால், தமிழ் ஓங்கும்.

இந்த நூல் என் நண்பரும், புரவலருமான மருத்துவர் விஜய் ஜானகிராமன் அவர்களுக்கு.

மேதை எழுத்தாளரும் பேதை பதிப்பாளரும்

பதிப்பகம் தொடங்கும்வரை எனக்கு எழுதுவதில் எந்தவொரு தயக்கமும் இருந்ததில்லை. பதிப்பகம் தொடங்கி வருடத்திற்கு 50 புத்தகத்திற்கு மேல் பதிப்பிக்க ஆரம்பித்த பிறகு என் சுமாரான எழுத்துகூட எங்கேயோ போய் ஒளிந்துகொண்டது. நான் முன்னுரை எழுத வேண்டிய கட்டாயம் வந்தால் அந்தப் புத்தகத்தின் கதி அதோ கதிதான் என்று என் மனைவி சொல்வார். ஆனால் இம்முறை நான் எழுதித்தான் ஆகவேண்டும். நான் முன்னுரை எழுதுவது என் புத்தகத் திற்கு அல்ல. தமிழின் மகத்தான படைப்பாளுமைகளில் ஒருவரான அ. முத்துலிங்கத்தின் 'ஐயாவின் கணக்குப் புத்தகம்' நூலுக்கு. இந்த நூலுக்கு முன்னுரை எழுதவேண்டும் என்பது அவரது அன்புக் கட்டளை.

அ.மு.வின் எழுத்துக்களின் எனது பரிச்சயம் தொடங்கி குறைந் தது 20 வருடங்களாவது இருக்கும். 'வடக்கு வீதி' தான் நான் படித்த அவரது முதல் நூல். அதன்பிறகு அவர் பெயர் தாங்கிய எந்தப் புத்தகத்தையும் தயக்கமின்றி வாங்கி வாசிக்கத் தொடங்கினேன். அவர் எழுதிய எந்தப் புத்தகமும் நம்மை ஏமாற்றமடையச் செய்யாது. அதற்கான காரணம் அவர் 'எழுதுவதற்காகவே எழுதிக் கொண்டிருக் கிறார்' என்பதனால்தான். இதுவரை ஏறக்குறைய அவரது படைப்பு கள் அனைத்தையும் வாசித்திருக்கிறேன் என்பது ஒரு வாசகனாக பெருமிதம் தரும் விஷயம்.

* * *

பின்னாளில் நான் பதிப்பகம் தொடங்கி நடத்திக் கொண்டிருந்த போது, அவர் புத்தகத்தைப் பதிப்பிக்க விரும்பி அவரை மின்னஞ்சலில்

தொடர்புகொண்டேன். எந்தவிதத் தயக்கமும் இன்றி உடனே பதிப்பிக்க புத்தகம் தந்தார். அவரது முதல் நூலான ‘அக்கா’ தான் நான் நற்றிணையில் பதிப்பித்த முதல் நூல். அதன் பிறகு இன்று வரை அவருடைய பெரும்பான்மையான படைப்புகளை எனக்குத் தந்திருக் கிறார். அதற்கு அவர் என்மேல் கொண்ட அன்புதான் காரணம். இதுவரை அவர் ஒருமுறைகூட புத்தகம் எப்படி விற்கிறதென்று கேட்டதில்லை. அதற்கு மாறாக, அவர் புத்தகத்தைப் பதிப்பித்ததற்கு எனக்கு நன்றிக்கடன்பட்டிருப்பதாகச் சொல்வார். உயர்ந்த மனிதர்கள் எவ்வாறு இருப்பார்கள் என்பதை அ.மு. போன்றோரைப் பார்த்துத் தான் தெரிந்து கொண்டேன். எழுத்தாளர் – பதிப்பாளர் உறவை அற்புதமாகப் பேணுபவர் அ.மு. அவர் புத்தகத்தைப் பதிப்பிக்கும் போது ஒரு நெருடல் கூட எழாது. நம் புத்தகத்தை நாமே பதிப்பிப்பது போல் அவ்வளவு மகிழ்ச்சியான விஷயமாக இருக்கும்.

நான் அவரது படைப்பைப் பற்றி எழுதாமல், அவர் பற்றி எழுதுவதன் காரணம், அரை நூற்றாண்டு காலத்துக்கு மேலாக எழுதிக்கொண்டிருக்கும் மேதையின் எழுத்தைப் பற்றி இந்தப் பேதை என்ன சொல்வது என்ற எண்ணத்தால்தான். நான் ஒன்றை மட்டும் சொல்லிக்கொள்ளத் துணிவேன். அவர் எது பற்றி எழுதினாலும் அது படைப்பாக மாறிவிடும். அது உண்மையில் அபூர்வமானதுதான்.

அவரது இத்தனை புத்தகங்களை ஆசையோடு பதிப்பித்திருந் தாலும் நான் இன்னும் அவரை நேரில் சந்திக்கவில்லை என்பது மாபெரும் மனக்குறைதான். நிச்சயம் ஒரு நாள் அதிகாலை வேளையில் அவரது வீட்டுக் கதவைத் தட்டி, ‘சும்மா கனடா வந்தேன் அப்படியே உங்களைப் பார்த்துவிட்டு போகலாம்னு வந்தேன்’ என்று சொல் வேன். அப்போது அவர் முகத்தில் ஒளிரும் புன்னகையைப் பார்ப் பேன்.

அன்புடன்
யுகன் சரவணன்

உள்ளே...

1. தமிழ் இருக்கை — 9
2. மீண்டும் படிப்பதில்லை — 15
3. தனித்து நின்ற பெண் — 18
4. ஆறாம் திணை — 21
5. உள்ளே வராதே — 26
6. என்னை விட்டுத் தப்புவது — 28
7. இரு கவிகள் — 33
8. தங்கத் தாம்பாளம் — 39
9. அன்றன்றைக்கு உரிய அப்பம் — 45
10. எடிசன் 1891 — 49
11. தோணித்து அழுதேன் — 53
12. இரண்டு சம்பவங்கள் — 56
13. இரண்டு டொலர் — 60
14. கோப்பிக் கடவுள் — 64
15. மோசமான விடைபெறுதல் — 69
16. எக்ஸ் தந்த நேர்காணல் — 73
17. எதிர்பாராதது — 79
18. ஊபர் — 82
19. அடுத்த ஞாயிறு — 88
20. ஆட்டுச் செவி — 91
21. ஐயாவின் கணக்குப் புத்தகம் — 96
22. ஒரு லட்சம் டொலர் புத்தகம் — 104
23. ஓடுகிற பஸ்சில் ஏறவேண்டும் — 111
24. அந்தி மழை நேர்காணல் — 119
25. இந்து நேர்காணல் — 127
26. காலைத் தொடுவேன் – நிதி சேகரிப்பு — 132

தமிழ் இருக்கை

தமிழ் இருக்கைக்கு அமெரிக்க பல்கலைக்கழகம் ஒன்றில் எப்படி யான வரவேற்பு கிடைத்தது என்பதை நேரில் பார்க்கும் வாய்ப்பு இரண்டு வருடங்களுக்கு முன்னர் எனக்குக் கிடைத்தது. அமெரிக் காவின் பிரபல மருத்துவர் ஒருவர் ஹார்வர்ட் பல்கலைக்கழகத்துக்கு தமிழ் இருக்கை ஆரம்பிப்பதற்காக கணிசமான தொகையை முன் பணமாக வழங்கியிருந்தார். ஆறுமாதம் கழித்து மீதிப் பணத்தை செலுத்துவதற்காக இரண்டு மருத்துவர்கள் சென்றபோது அவர்களு டன் நானும் கூட இருந்தேன். எங்களைக் கண்டதும் அதிகாரி இழுப் பறையைத் திறந்து ஆறுமாதம் முன்னர் முன்பணமாகக் கொடுத்த காசோலையை வெளியே எடுத்தார். அந்தப் பணத்தை அவர் வங்கி யில் சேர்க்கவே இல்லை.

தமிழ் ஓர் ஆதி மொழி, 2000 வருட இலக்கியங்கள் கொண்ட செம்மொழி என்பது பலருக்கு தெரியாது. அதிகாரியும் அறியவில்லை என்றே நினைக்கிறேன். முதன்முறையாக ஓர் இன மக்கள் சேர்ந்து உருவாக்கப் போகும் இருக்கையில் அவருக்கு பெரிய நம்பிக்கை இருந்திருக்க முடியாது. 'இது எங்கே நிறைவேறப் போகிறது?' என அவர் நினைத்திருக்கலாம். ஆகவே அசட்டையாக பணத்தை வங்கி யில் கட்டவில்லை. ஆனால் அந்த அதிகாரி தமிழர்களின் வைராக்கி யத்தையும், விடாப்பிடிக் குணத்தையும் கணக்கில் எடுக்கவில்லை. விதித்த காலக்கெடு முடிவதற்கிடையில் ஆறு மில்லியன் டொலர்கள் திரட்டியதை கண்ணுற்ற ஹார்வர்ட் அதிகாரிகளின் ஆச்சரியத்துக்கு அளவேயில்லை. தமிழின் தொன்மையும் அதன் வீச்சும், உலகம்முழுக்க வியாபித்திருந்த தமிழர்களின் பற்றும் நிதி இலக்கை இலகுவாக அடைய உதவியது.

ஆனால் ரொறொன்ரோ பல்கலைக்கழகத்துடனான அனுபவம் வேறுமாதிரி அமைந்தது. ஹார்வர்டின் வெற்றியைக் கண்ணுற்ற ரொறொன்ரோ பல்கலைக்கழக இயக்குநர்கள் அவர்களாகவே தமிழ் மக்களை அணுகி தமிழ் இருக்கை ஆரம்பிப்பதற்கான சம்மதத்தை வழங்கினார்கள். எதைத் தேடிப் போகவேண்டுமோ அது எங்களைத் தேடி வந்தது. மூன்று மில்லியன் டொலர்களை (ரூ 15.6 கோடி) இருப்பு நிதியாக வைத்து உருவாக்கப்படும் இந்தத் தமிழ் இருக்கை

தமிழ் மக்களுக்குச் சொந்தமாக இருக்கும். தமிழ்ச் செவ்வியல் இலக்கியங்களைக் கற்றுத் தருவதுடன் பல்வேறு முக்கியமான ஆய்வுகளை முன்னெடுக்கும் மையப்புள்ளியாகவும் அமையும். ஏனைய செம்மொழிகள் அனைத்துலக கல்வி நிறுவனங்களில் நிறுவப்பட்டு ஆராய்ச்சி மற்றும் கற்பித்தல் மூலம் பல நன்மைகள் பெற்றுள்ளன. கனடாவில் நிறுவப்படும் தமிழ் இருக்கை தமிழுக்கான அங்கீகாரத்தை அளிப்பதோடு, தொடர் பயன்பாட்டிற்கும் முன்னேற்றத்துக்கும் வலுச்சேர்த்து பல கல்வி நிறுவனங்களுக்கு எடுத்துக்காட்டாகத் திகழும்.

ரொறொன்ரோ நகரில் தமிழ் இருக்கை ஒன்று அமைய வேண்டும் என்பது தமிழ் மக்களின் நீண்டநாள் விருப்பம். அதற்கான ஒப்பந்தம் 2018ஆம் வருடம் யூன் மாதம் கையொப்பமாகியது. அதன் தொடக்க விழாவில், ரொறொன்ரோ பல்கலைக்கழக ஸ்காபரோ வளாகத்தின் முன்னாள் தலைவர், ‘தமிழ் இருக்கையானது உயர் கல்வி நிறுவனத்தில் தமிழ் கற்பித்தல் மற்றும் ஆராய்ச்சிக்காக மக்களின் ஆதரவுடன் நிறுவப்பட்டு என்றென்றும் நிலைத்திருக்கப் போகும் ஒரு கல்வி அலகாகும். ஒரு மொழி பேசும் குழுவினரால் ரொறொன்ரோ பல்கலைக்கழகத்தில் அமைக்கப்படும் முதல் இருக்கை என்பது பெருமைப்பட வேண்டிய ஒன்று. இது வேறு இருக்கைகளுக்கு முன் மாதிரியாக அமையும். தமிழ் மொழியின் பாரம்பரியத்துக்கும், தொன்மைக்கும் அதன் மேன்மைக்கும் சாட்சியாக என்றென்றும் நிலைத்து நிற்கும்’ எனக்கூறி வாழ்த்தினார்.

ரொறொன்ரோ பல்கலைக்கழகம் 190 ஆண்டுகள் பழமை வாய்ந்த, கனடாவின் முதற்தரமான கல்வி நிறுவனமாகும். கனடாவின் மூன்று ஆளுநர், நான்கு பிரதமர், 14 உச்சநீதிமன்ற நீதிபதி, பத்து நோபல் பரிசு, மூன்று ரூறிங் பரிசு, மற்றும் 94 ரோட் பரிசு வென்றோரை ரொறன்ரோ பல்கலைக்கழகம் உருவாக்கியிருக்கிறது. இங்கே நிறுவப்படும் தமிழ் இருக்கை, இந்தியத் துணைக்கண்டத்தைத் தாண்டிய தமிழ்க் கல்வி மற்றும் ஆராய்ச்சிக்கு முதன்மையான இடமாக அமையும். அருகிவரும் தமிழ் இலக்கிய நூல்கள் மற்றும் ஆவணங்கள் எண்மியமாக்கப்பட்டு பாதுகாக்கப்படும். கனடிய அரசு வழங்கும் நல்கைகளை தமிழ் வளர்ச்சிக்கும், ஆராய்ச்சிக்கும், தமிழ் கருத்தரங்குகளை ஒழுங்குசெய்வதற்கும், வருகைப் பேராசிரியர்களை ஏற்பாடு செய்வதற்கும் பயன்படுத்தலாம். சிறந்த ஆய்வு மாணவர்களுக்கு உதவித்தொகை வழங்கி ஊக்குவிக்கலாம். தமிழ் இருக்கை என்பது நுழைவாயில்தான். தக்க பேராசிரியர் அமைந்தால் முதல்தரமான பல்கலைக்கழகத்தில் ஒரு மொழிக்குக் கிடைக்கக்கூடிய அத்தனை வாய்ப்புகளையும், பயன்களையும் முழுமையாக அடையலாம்.

கனடா, தமிழர்களை அரவணைக்கும் நாடு. 2017ஆம் ஆண்டு தொடங்கி கனடாவில் ஒவ்வொரு சனவரி மாதமும் தமிழ் மரபுத்

தினம் கொண்டாடப்படுகிறது. கனடாவில் மூன்று லட்சத்துக்கும் அதிகமான தமிழர்கள் வாழ்கிறார்கள். ரொறொன்ரோ பல்கலையில் பயின்ற பழைய மாணவர்களின் எண்ணிக்கையும் கணிசமாக உள்ளது. நிதி திரட்டுவதில் இவர்கள் மனதை ஒருமுகமாகச் செலுத்தினால் தமிழ் இருக்கை கனவு இலகுவாக நிறைவேறிவிடும். கனடாவின் பல்வேறு மாகாணங்களிலிருந்தும், அமெரிக்காவிலிருந்தும் நன்கொடைகள் கிடைக்கின்றன. வெளிநாட்டுக்கு பணம் அனுப்புவதில் இருக்கும் எண்ணற்ற தடைகளைத் தாண்டி இந்தியாவிலிருந்து பலர் நிதி வழங்கினர்.

கனடாவில் அகதியாக வந்து இன்று அதிசெல்வந்தராக வாழும் தமிழர் ஒருவர் கேட்டார், ‘இதில எனக்கு என்ன பிரயோசனம்?’ ‘உங்களுக்கு ஒன்றும் இல்லை, ஐயா. நாங்கள் விதைதான் விதைக்கிறோம். பயன் உங்கள் சந்ததியினருக்குத்தான்’ என்று சொல்ல வேண்டி நேர்ந்தது. தமிழ் மொழி உலக மொழியாகிவிட்டது. நியூசீலாந்தில் இருந்து அலாஸ்கா வரை தமிழ் மக்கள் வாழ்கிறார்கள். உலகத்து மொழிகள் எல்லாம் ஏதாவதொரு மதத்தைச் சார்ந்தே இருக்கும். ஆனால் தமிழ் மொழி அப்படியில்லை. அது மதங்களைக் கடந்தது. ‘யாதும் ஊரே, யாவரும் கேளிர்’ என்று 2000 வருடங்களுக்கு முன்னரே ஒரு புலவர் பாடிவைத்த மகத்தான மொழிக்கு இருக்கை அமைக்கும் வாய்ப்பு எமக்குக் கிடைத்திருப்பது பெரும் அதிர்ஷ்டமே.

ரொறொன்ரோ பல்கலைக்கழகத்தில் முதன்முறையாக 21 சனவரி 2019 மாலை தமிழ் மரபுத் தினம் கொண்டாடப்பட்டது. உலகிலேயே ஒரு பல்கலைக்கழகம் தமிழ் மரபுத் தினத்துக்கு விழா எடுத்தது இதுவே முதல் என்று சொல்லலாம். இந்தக் கொண்டாட்டத்தில் பிரபல இசையமைப்பாளர் இமான் பிரதம விருந்தினராக கலந்துகொண்டு அவர் இசையமைத்த ரொறொன்ரோ தமிழ் இருக்கை வாழ்த்துப் பாடலை வெளியிட்டார். இமானை வரவேற்று பேசிய ரொறொன்ரோ பல்கலைக்கழகத் தலைவர் விஸ்டம் டெட்டி ‘கனடாவில் உருவாகும் தமிழ் இருக்கை புதிய ஆராய்ச்சிகளுக்கு வழிவகுப்பதுடன் தமிழின் மேன்மையை அனைத்துலக மக்களுக்கும் கொண்டு செல்லும்’ என்று கூறி இமானைப் பாராட்டினார். இசையமைத்த செலவு, பயணச் செலவு அனைத்தையும் இமானே ஏற்றுக்கொண்டார். அவருடைய அர்ப்பணிப்பும், தமிழ் பற்றும், தமிழ் இருக்கை அமையவேண்டும் என்ற ஆர்வமும் தமிழ் மக்களால் என்றும் மறக்கமுடியாத ஒன்று.

கனடாவில் சிறு குழந்தைகளும் மாணவ மாணவியரும் தங்களுக்குக் கிடைத்த பிறந்தநாள் பணத்தை தமிழ் இருக்கைக்கு கொடுத்தார்கள். 2700 கி.மீட்டர் தொலைவில் அல்பெர்ட்டா மாகாணத்திலிருந்து ஒரு சிறுமி அவருடைய பிறந்த நாளுக்கு கிடைத்த பணத்தை அப்படியே தமிழ் இருக்கைக்கு அனுப்பியிருந்தார். சிறுமிக்கு நன்றிகூறி

விட்டு அவருடைய அப்பாவிடம் பேசியபோது அவர் சொன்னார், 'ஒரு சினிமா 2 வாரம் ஓடியதற்காக பெரிய விழா எடுக்கிறார்கள். தமிழ் 2500 வருடங்களாக ஓடுகிறது. அதையல்லவா நாங்கள் கொண்டாடவேண்டும்.' 'எழுத்தாளர் இமையம் அந்தச் சமயம் தமிழ் இலக்கியத் தோட்டத்தின் இயல் விருது பெற கனடா வந்திருந்தார். அவர் தனது விருதுப் பணத்தில் ஒரு பகுதியை மேடையிலே தமிழ் இருக்கைக்கு வழங்கிவிட்டு ஏற்புரையில் இப்படி சொன்னார். 'குழந்தைகளும், மாணவமாணவியரும் தமிழ் இருக்கைக்கு பணம் கொடுப்பதை பார்ப்பது நெகிழ்ச்சியாகவிருக்கிறது. என் பங்குக்கு ஒரு சிறுபகுதியை வழங்குகிறேன். எத்தனை டொலர்கள் சேர்க்கப்பட்டன என்பது அல்ல முக்கியம். எத்தனை பேர் பங்கு பற்றினார்கள் என்பதே முக்கியம்.'

தமிழர் ஒருவர் கனடா நாட்டில் நாடாளுமன்ற உறுப்பினராக இருப்பதும், இரு தமிழர்கள் மாகாண அரசு உறுப்பினர்களாக இருப்பதும் எங்களுக்கு பெருமை தருவது. நாங்கள் நடத்தும் தமிழ் மரபு கொண்டாட்டங்களை வேற்று மொழிக்காரர்கள் பிரம்மிப்புடன் பார்க்கிறார்கள். கனடாவின் தேசிய கீதம் ஆங்கிலத்திலும் பிரெஞ் சிலும் மட்டுமல்லாமல் தமிழிலும் அங்கீகரிக்கப்பட்டிருக்கிறது. ஆகவே எந்தத் தமிழ் விழா என்றாலும் தமிழில் கனடா தேசிய கீதத்தைப் பாடியே தொடங்குகிறோம். எங்கள் மொழிக்கு நாடு இல்லாதபடியால் தேசிய கீதம் கிடையாது, ஆனால் தமிழ் மொழி வாழ்த்து பாடித்தான் விழாக்களை ஆரம்பிக்கிறோம். உலகத்திலேயே, ஒரு மொழிக்கான வணக்கப் பாடலைப் பாடி நிகழ்ச்சியைத் தொடங்குவது தமிழர்கள் மட்டும்தான்.

கடந்த வாரம் ரொறொன்ரோ பல்கலைக்கழகத்தில் தமிழ் இருக்கை முதலாம் ஆண்டு நிறைவு விழா கொண்டாடப்பட்டது. ஒரு மில்லியன் டொலர்கள் திரட்டியாகிவிட்டதைப் பல்கலைக்கழகம் உத்தியோக பூர்வமாக அறிவித்தது. மீதி இரண்டு மில்லியன் டொலர் களை ஒருவருட காலக் கெடுவுக்குள் திரட்டவேண்டும். நன்கொடை விவரங்கள் அனைத்தும் பல்கலைக்கழகத்தில் நிரந்தரமாக பொறிக்கப் படும். torontotamilchair.ca என்ற இணையத் தளத்தில் DONATE என்ற பொத்தானை அழுத்துவதன் மூலம் நன்கொடைகளை வழங்கலாம். தானாக வரும் நன்கொடைகள் ஒருபக்கம் இருந்தாலும், நன்கொடை யாளர்களைத் தேடி பல்கலைக்கழகம் போவதும் உண்டு. ஒருநாள் தமிழ் இருக்கைக்கான telemarketing நடந்தது. 25 பல்கலைக்கழக மாணவ மாணவிகள் தொலைபேசி முன் அமர்ந்து பல்கலைக் கழகத்தில் ஏற்கனவே படித்தவர்களை அழைத்து தமிழ் இருக்கைக்கு நன்கொடை கேட்டனர். எல்லோருமே வேறு வேறு மொழி பேசும் தன்னார்வத் தொண்டர்கள். கூகிளில் தமிழ் பற்றி படித்ததுதான்

அவர்கள் அறிவு. தமிழ் இருக்கை பற்றி அவர்களுக்கு அறிமுகம் செய்வதற்கு நான் அங்கு சென்றிருந்தேன். 'ஒரு மாணவியிடம் ஏன் இந்த வேலையை செய்கிறார்?' என்று கேட்டேன். அவர் சொன்னார், '2500 வருடங்களாக வாழும் ஒரு மொழிக்கு இருக்கை அமைந்தால் அது பல்கலைக்கழகத்துக்கு பெருமையல்லவா?' அந்த நொடியில் என் கண்களை அவர் திறந்துவிட்டார். அதுவரைக்கும் நான் தமிழ் இருக்கை அமைவதால் தமிழுக்குத்தான் பெருமை என நினைத் திருந்தேன்.

'எதற்காக தமிழ் இருக்கை மிகவும் முக்கியம் என்று கருது கிறீர்கள்?' என்று பலர் என்னிடம் கேட்டிருக்கின்றனர். முதல் காரணம் தமிழ் மொழியின் தொன்மை, அத்துடன் அது இன்னும் வாழ்கிறது என்ற பெருமை. 'ஏற்றுக உலையே, ஆக்குக சோறே, கள்ளும் குறைபட ஓம்புக.' 'இந்த வரிகள் 2500 ஆண்டுகளுக்கு முன்னர் எழுதப் பட்டவை. இன்றும், ஆறாம் வகுப்பு சிறுமியால் இதைப் படித்து புரிந்துகொள்ள முடியும். அதுதான் தமிழின் பெருமை. ஏனைய செம்மொழிகளுக்கு பல்கலைக்கழகங்களில் இடம் உண்டு, ஆனால் தமிழ் மொழியை ஒருவரும் கவனிப்பதில்லை. இது பெரிய அநீதி யாகப்படுகிறது. இதைச் சரிசெய்வதும் ஒரு நோக்கம். மற்றைய மொழிகளுக்கு நாடு இருக்கிறது. தமிழுக்கு சொந்தமாக ஒரு நாடும் இல்லை. ஆகவே எங்கள் மொழிக்காக ஒரு நாடும் போராடப் போவதில்லை. நாங்கள்தான் போராடவேண்டும்.

மறைமுகமான பலன்கள் பலவற்றை நாம் எதிர்பார்க்கலாம். ஆராய்ச்சிக்காக ஒரு மாணவருக்கு கனடிய அரசு நல்கை வழங்குகிறது என்று வைத்துக்கொள்வோம். இந்த நல்கையில் கிடைக்கும் நிதியை மாணவர் தன் ஆராய்ச்சிக்காக வெளிநாடுகளில் பயன்படுத்தலாம். உதாரணமாக கீழடியில் பணப்பற்றாக்குறையினால் சில ஆராய்ச்சி கள் தள்ளிப்போடப்படலாம். மாணவருக்கு அந்தத் தடையே கிடை யாது. அதுபோல இலங்கையில் கிடைக்கும் அரிய பழைய தமிழ் நூல்களையும், சுவடிகளையும் எண்மியமாக மாற்றுவதற்கும் இப்படி யான நிதி பெரியளவில் உதவும்.

ரொறொன்ரோவில் தமிழ் இருக்கை ஒன்றை உண்டாக்குவதன் மூலம் தமிழை உலகமயமாக்கும் வாய்ப்பு எங்களைத் தேடி வந்திருக் கிறது. கனடாவில், புலம்பெயர்ந்து வாழும் தமிழர்களின் இரண் டாவது தலைமுறை இப்போது தலையெடுத்திருக்கிறது. முற்றிலும் கனடியச் சூழலில் வாழும் மூன்றாவது தலைமுறை தமிழை மறந்து விடும். மிக முக்கியமான ஒரு சந்தியில் நாம் நிற்கிறோம். இந்தத் தலைமுறை தாண்டினால் தமிழ் இருக்கை என்பது கனவாகிவிடும். இதுதான் தருணம். இப்பொழுதே செய்தாகவேண்டும்.

உலகத் தரவரிசையில் தமிழின் பலம் என்ன என்பதை பலர் உணரவில்லை. நிரந்தரமான, வலுவான ஓர் இடம் இந்த இருக்கை யால் எமக்கு அமையும். சமீபத்தில் வாசிங்டன் நகரில் நடந்த விழா ஒன்றுக்குச் சென்றிருந்தேன். அங்கே ஆன் ஃபிரீட்மன் என்ற பெண் மணியைச் சந்தித்தேன். பெரிய செல்வந்தர். மூன்று புலிட்சர் பரிசு களை வென்ற பிரபலமான எழுத்தாளர் தோமஸ் ஃபிரீட்மனுடைய மனைவி. இவர் Planet Word (சொல் கோளம்) என்ற அமைப்பை உருவாக்கியிருக்கிறார். இதற்கான பட்ஜெட் 25 மில்லியன் டொலர்கள். உலகத்தின் முக்கியமான 20 மொழிகள் இங்கே அருங்காட்சியகமாகப் பாதுகாக்கப்படும். ஆவலுடன் 'பட்டியலில் தமிழ் இருக்கிறதா?' என்று கேட்டேன். ஏனெனில் உலகில் அதிகமாகப் பேசப்படும் மொழிகளின் பட்டியலில் தமிழ் 19வது இடத்தில் வருகிறது. அவர் சற்று யோசித்துவிட்டு 'தமிழ் மொழிக்கு சொந்தமான நாடு எது?' என்றார். என்னிடம் பதில் இல்லை. நான் 'தமிழ் மொழிக்கு உலகமே சொந்தம்' என்றேன். மீண்டும் 'ஐஸ்லாண்டிக் மொழிக்கு இடம் உள்ளதா?' என்று கேட்டேன். அவர் ஆம் என்றார். நான் 'ஒரு மில்லியனுக்கும் குறைவான, மூன்று லட்சம் மக்கள் மட்டுமே பேசும், ஐஸ்லாண்டிக் மொழி பட்டியலில் உள்ளது. ஆனால் 80 மில்லியன் மக்கள் பேசும் ஆதிமொழியும், செம்மொழியுமான தமிழ் மொழிக்கு இடமில்லையா?' என்றேன். ஐஸ்லாண்ட் நாடு கணிசமான நிதி தருவதாக அவர் சொன் னார். அதற்கு என்ன பதில் சொல்வது?

தமிழ் மொழி உலகத்தில் மற்றவர்களால் எப்படிப் பார்க்கப்படு கிறது என்பதற்கான உதாரணம்தான் இது. தமிழ் மொழிக்கு அங்கீகாரம் கிடைத்தால் எங்கள் பிரச்சினைகள் எல்லாம் தீர்ந்துவிடும் என்பதல்ல. தமிழ் இருக்கை மூலம் எங்களுக்கு மேசையிலே ஓர் இடம் கிடைத்திருக்கிறது. சரிசமமான இடம். உலக அரங்கில் எங்கள் குரலை எழுப்ப எங்களுக்குக் கிடைத்த மிகப்பெரிய ஆயுதம். இதை நாங்கள் பயன்படுத்தவில்லை என்றால் அது மிகப் பிரம்மாண்டமான தவறாக இருக்கும்.

ரொறொன்ரோவில் அரியாசனம்

தமிழுக்கு சரியாசனம்.

❖

மீண்டும் படிப்பதில்லை

சில வருடங்களுக்கு முன்னர் ஒரு நேர்காணலின்போது என்னை நேர்கண்டவர் ஒரு கேள்வி கேட்டார். நான் அப்படியான கேள்வி ஒன்றுக்கு என்னைத் தயார் செய்யவில்லை. ஆகவே சற்று நேரம் திகைத்துப் போய்விட்டேன். அவர் கேட்ட கேள்வி இதுதான். 'உங்களுக்கு சொந்தமான முதல் புத்தகம் என்ன?' 'இதுபற்றி நான் இதற்கு முன்னர் யோசித்துப் பார்த்ததே கிடையாது. எங்கள் வீட்டில் பொதுவாக இருந்த ஒரே புத்தகம் பஞ்சாங்கம்தான். அதைத்தவிர பாடப்புத்தகங்கள் இருந்தன. கேள்வி கேட்டவர் அதைக் குறிப்பிட வில்லை என்றே நினைக்கிறேன். எப்படி யோசித்தும் எனக்குச் சொந்தமான ஒரு புத்தகத்தை என்னால் கண்டுபிடிக்க முடியவில்லை.

சிறுவயதில் அம்புலிமாமா, கல்கண்டு முதலியவற்றை இரவல் வாங்கிப் படித்தது உண்டு. அது பின்னர் கிராமம் முழுக்க சுற்றுக்குப் போய்விடும். கொஞ்சம் பெரியவன் ஆனதும் கல்கி, ஆனந்த விகடன் தொடர்களைப் படிக்க ஆரம்பித்தேன். கொக்குவில் போன்ற சிறிய கிராமத்தில் வாசிகசாலைகூட கிடையாது. புத்தகங்களைக் கடன் வாங்கிப் படிக்கத்தான் முடியும். பல்கலைக்கழகத்தில் யாராவது நண்பர்களிடம் இரவல் வாங்கி இரவு இரவாக படித்துவிட்டு அடுத்தநாள் காலை திருப்பிவிடுவேன். பல்கலைக்கழக படிப்பு முடிந்தபிறகு வேறு படிப்பு தொடங்கியது. ஆகவே கையில் பணம் கிடையாது. ஒரு புத்தகத்தை வாங்கிச் சொந்தமாக்கவேண்டும் என்ற சிந்தனையே எனக்கு ஏற்படவில்லை. எல்லோரும் என்னைப்போல புத்தகங்களை இரவல் வாங்கிப் படிக்கிறார்கள் என்றே நினைத்தேன்.

எனக்கு இருபது வயது ஆரம்பித்தபோதே சிறுகதைகள் எழுதத் தொடங்கிவிட்டேன். அவை இலங்கை பத்திரிகைகளிலும், இந்தியப் பத்திரிகைகளிலும் வெளிவந்தன. என்னுடைய சொந்த அக்காவை கதாபாத்திரமாக வைத்து எழுதிய 'அக்கா' சிறுகதை இலங்கையில் முதல் பரிசு பெற்றது. பின்னர் அந்தத் தலைப்புடன் சிறுகதைத் தொகுப்பு புத்தகமாக வெளிவந்தது. இப்பொழுது நினைத்துப் பார்க்கும்போது என் வாழ்க்கையில் முதன்முதல் சொந்தமாகச் சம்பாதித்தது நான் எழுதிய 'அக்கா' சிறுகதைப் புத்தகம்தான்.

அ.முத்துலிங்கம் ◆ 15

ஆசிரியர் என்ற வகையில் எனக்கு 10 புத்தகங்கள் கிடைத்தன. ஆனால் அவை ஒவ்வொன்றாக மறைந்து இன்று என் கையில் ஒரேயொரு புத்தகம் மிஞ்சியிருக்கிறது. அதே அட்டை; அதே படம், அதே பழுப்பு நிற தாள், அதே மங்கிய எழுத்து.

பின்னாளில் Margaret Mitchell எழுதிய நூலைப் படித்தபோது நான் இந்தச் சம்பவத்தை நினைவுகூர்வேன். அவர்தான் உலகப் பிரபலம் பெற்ற Gone With the Wind நாவலை எழுதியவர். இந்த நாவலுக்கு அந்தக் காலத்திலேயே புலிட்ஸர் பரிசு கிடைத்தது. மார்கிரட் ஓர் அசுர வாசகி. கணவர் என்ன புத்தகம் கொண்டு வந்தாலும் அதை ஒருநாளில் வாசித்து முடித்துவிட்டு வேறு கேட்பார். ஒன்றிலும் அவருக்கு திருப்தியே வராது. அப்பொழுது ஒருநாள் கணவர் சொன்னார். 'உனக்கு ஒரு நாவலும் பிடிக்கவில்லை. நீயாகவே ஒன்றை எழுதுவதுதானே.' அப்படி எழுதியதுதான் அந்த நாவல். அவருக்கு பிடித்த நாவலை அவரே எழுதியது போலத்தான் ஒரு புத்தகத்தை சொந்தமாக்க எனக்கு கிடைத்த ஒரே வழி நானே ஒன்றை எழுதுவது தான்.

ஒரு புத்தகம் எனக்கு சொந்தமானாலும் நான் அச்சில் வந்த என்னுடைய படைப்பை படிப்பது கிடையாது. பல எழுத்தாளர் களுக்கும் இந்த பிரச்சினை உண்டு. எழுத்தாளர் சு.ரா சொல்வார் தான் எழுதி அச்சாகியதைத் திருப்பி படிப்பதே இல்லையென்று. அச்சாகும் முன்னர் எத்தனை தடவை என்றாலும் திருத்தி எழுதுவார் ஆனால் அச்சான பின்னர் படிப்பதே கிடையாது. அதனால் ஒரு பிரயோசனமும் இல்லை. வெளியிட்டவுடனேயே அது வாசகர்களுக்கு சொந்தமாகிவிடுகிறது. எழுத்தாளர் திரும்பிப் பார்க்காமல் போய்க் கொண்டே இருக்கவேண்டியதுதான்.

சமீபத்தில் எனக்கு நேர்ந்த அனுபவத்தைச் சொல்வதுதான் இதை எழுதுவதன் நோக்கம். எந்த அக்காவை பாத்திரமாக வைத்து 1964இல் 'அக்கா' என்ற சிறுகதையை எழுதினேனோ அந்த அக்கா 2019ஆம் ஆண்டு சனவரி மாதம் தேதி 26 சனிக்கிழமை இரவு 9.30க்கு கால மானார். அப்போது இலங்கையில் தேதி 27 ஞாயிறு காலை 8.00 மணி. அங்கே அந்த நேரம் தினமலர் என்ற பத்திரிகையில் 54 வருடங் களுக்கு முன்னர் நான் எழுதிய 'அக்கா' சிறுகதை மறுபிரசுரம் செய்யப்பட்டிருந்தது. இது எனக்குத் தெரியாது. ஆனால் முன்பின் தெரியாத ஒருவர், பெயர் இஸ்ராத், என்னைத் தொலைபேசியில் அழைத்து, சிறுகதை வெளியான செய்தியை எனக்குச் சொன்னார். நான் அளவில்லா ஆச்சரியமடைந்தேன். அவருக்கு அக்கா இறந்து போனது தெரியாது. அதைச் சொன்னேன். அவரால் அந்தச் செய்தியை நம்பமுடியவில்லை. 54 வருடங்களுக்கு முன்னர் ஒருவர்

பற்றி எழுதிய கதை அவர் இறக்கும் நாளில் மறுபிரசுரமானதை எப்படி விளக்குவது.

ஒரு நண்பர் அந்தப் பத்திரிகையில் வந்த சிறுகதையை படமாக மாற்றி எனக்கு மின்னஞ்சலில் அனுப்பியிருந்தார். ஒரு முறை அச்சில் வந்ததை நான் படிப்பதில்லை. விதிவிலக்காக அந்தச் சிறுகதையை மறுபடியும் படித்தேன். பல சம்பவங்களை மறந்துவிட்டேன். பல வார்த்தைகள் புதிதாக இருந்தன. 54 வருடங்களுக்கு முன்னர் முதல் முறை இந்தச் சிறுகதை பிரசுரமானபோது அக்கா உயிருடன் இருந்தார். இம்முறை அது பிரசுரமான அதே நாள், அதே நேரம் அவர் உயிரை விட்டார்.

தனித்து நின்ற பெண்

அந்த உணவகத்துக்குள் நுழைந்தபோது நான் முதலில் பார்த்தது அந்த இளம் பெண்ணைத்தான். இரண்டு நாற்காலிகள் போட்ட சதுரமான மேசையில் தனியாக உட்கார்ந்திருந்தார். விருந்துக்குப் புறப்பட்டதுபோல ஒப்பனை செய்யப்பட்ட முகம். நல்ல ஆடையில் அலங்காரமாகக் காணப்பட்டார். என்னை இழுத்தது நீண்டுபோன அவருடைய கண்கள்தான். முகத்தில் என்ன உணர்ச்சி என்று சொல்லமுடியவில்லை. மகிழ்ச்சி அல்லது எதிர்பார்ப்பு; இரண்டும் கலந்துகூட இருக்கலாம். கபில நிறத் தேகம். இந்தியராகவோ, ஈழத்தவ ராகவோ கயானா நாட்டுக்காரராகவோ இருக்கலாம். நிச்சயமாக சொல்லத் தெரியவில்லை.

ஏனைய மேசைகள் ஒவ்வொன்றாக நிரம்பத் தொடங்கின. மதிய உணவு என்பதால் அநேகமாக அலுவலக பணியாட்கள்தான். கால நிலை காதலர்களுக்கு உகந்ததானதால் அநேக காதலர்களும் அங்கங்கே காணப்பட்டனர். இந்தப் பெண் மட்டும் தனியே அந்த மூலையில் அமர்ந்திருந்தார். அவருடைய மேசைக்கு வலது பக்கம் வாசல் இருந் தது. அடிக்கடி அந்த வாசலைப் பார்த்தார். யாரையோ எதிர்பார்க் கிறார். காதலனாகத்தான் இருக்கும்.

நான் நிறுத்தத் தெரியாமல் கதைக்கும் நண்பன் ஒருவனுடன் வந்திருந்தது எனக்கு வசதியாகப் போய்விட்டது. அவனாகவே விதம் விதமான உணவு வகைக்கு ஆணை கொடுத்தான். அந்தப் பெண்ணில் அமைதியின்மை தெரிந்தது. செல்பேசியில் ஏதோ எழுதி அனுப்பி னார். குறுஞ்செய்தியாக இருக்கலாம். பதில் ஒன்றும் வந்ததாகத் தெரியவில்லை. சிறிது நேரம் பார்த்துவிட்டு டெலிபோனில் யாரையோ அழைத்தார். மறுபக்கத்தில் ஒருவரும் எடுக்கவில்லை. எரிச்சலுடன் செல்பேசியை மேசையில் எறிந்தார். மறுபடியும் வாச லைப் பார்க்க ஆரம்பித்தார்.

எங்கள் உணவு வந்துவிட்டது. என்னால் அமைதியாக உண்ண முடியவில்லை. அந்தப் பெண்ணையே பார்க்கத் தோன்றியது. பரிசார கன் மறுபடியும் அவர் முன்னேபோய் நின்றான். 'யாரோ நண்பர் வருவதற்காக காத்திருக்கிறேன். அவர் தொழில் சம்பந்தமான முக்கிய கூட்டத்தில் இருக்கிறார். விரைவில் வந்துவிடுவார்.' அப்படித்தான்

ஏதோ சொல்லியிருக்கவேண்டும். மறுபடியும் செல்பேசியை எடுத்து நீண்ட குறுஞ்செய்தி ஒன்று அனுப்பினார். அவருடைய அழகான முகத்தில் பதற்றம் வந்து இறங்கியது. மெனு அட்டையை மேலும் கீழுமாகப் படித்தார். பின்னர் வாசலைப் பார்க்க ஆரம்பித்தார்.

நாங்கள் உணவை முடித்து ஒருமணி நேரம் தாண்டிவிட்டது. உணவு வாசனை நிறைந்திருந்தது. அந்தப் பெண் என்ன நினைத்தாரோ பரிசாரகனை அழைத்து தன் உணவுக்கு ஆணை கொடுத்தார். உணவு வந்தாலும் அதைத் தொடவில்லை. செல்பேசியை எடுத்துப் பார்ப்பதும், வாசலை நோக்குவதுமாக நேரத்தைக் கழித்தார். பின்னர் ஏதோ நினைத்து உணவை உண்ண ஆரம்பித்தார். உணவகம் நிறைந்து ஒரே சத்தமாகி விட்டது. பக்கத்து மேசையில் இருந்து ஒருவர் வந்து அவருடைய மேசையில் சும்மா இருந்த நாற்காலியை தான் கடன் வாங்கலாமா என்று கேட்டார். அவருக்கு அழுகை வந்தது. 'இல்லை. என் நண்பர் வருகிறார். எடுக்கவேண்டாம்' என்றார். பின்னர் குனிந்த படியே உணவை கரண்டியால் அள்ளி வாயில் போட்டார். பரிசாரகர் வந்து பணிவாக எதையோ கேட்டபோது இவர் தலையை மட்டும் ஆட்டினார்.

நாங்கள் உணவை முடித்துவிட்டு இனிப்பை சுவைத்துக் கொண்டிருந்தோம். அப்பொழுது எதிர்பாராத ஒரு சம்பவம் நடந்தது. இரண்டு சீனப் பரிசாரகிகள் ஒரு தட்டிலே கேக் ஏந்தியபடி நடன அசைவுகளுடன் வந்தனர். கேக்கின்மேல் ஒரு மெழுகுதிரி எரிந்தது. உரத்த குரலில் பிறந்தநாள் வாழ்த்து பாடலைப் பாடியபடியே மேசையை அணுகினர். எல்லோருடைய பார்வையும் அந்தப் பெண்ணின்மேல் விழுந்தது. இரண்டு பரிசாரகிகளும் மெய்க்காவலர் போல அவருடைய இருபக்கத்திலும் நின்றனர். அவர் மெழுகுதிரியை ஊதி அணைத்து விட்டு கேக்கை வெட்டினார். பின்னர் தன்கையால் ஒரு சிறுதுண்டை எடுத்து தன் வாயினுள் வைத்தார். அவருக்கு ஊட்டவோ, அவர் ஊட்டிவிடவோ ஒருவரும் இல்லை. பரிசாரகிகள் திரும்பிப் போயினர்.

நாங்கள் இனிப்பை முடித்துவிட்டு கோப்பி குடித்துக்கொண்டிருந்தோம். அன்று நண்பர் பேசியது ஒன்றுமே என் நினைவில் இல்லை. பார்வையும் நினைவும் அந்தப் பெண் மேலேயே இருந்தது. மறுபடியும் பெண் ஒருமுறை வாசலைப் பார்த்தார். அவர் முகத்தில் அவமானமும் அளக்க முடியாத சோகமும் கலந்திருந்தது. கைகாட்டி பரிசாரகியை அழைத்து அவள் காதுகளில் என்னவோ சொன்னார். சிறிது நேரத்தில் அவர் சாப்பிட்ட பில் கணக்கை கொண்டுவந்து கொடுத்தபோது கடன் அட்டையை நீட்டினார். அது வேலை செய்ய வில்லை. பின்னர் தன் கைப்பையை திறந்து காசை எண்ணிக் கொடுத்தார்.

பரிசாரகர் 'மீதிக் கேக்கை கட்டித் தரவோ?' என்று கேட்க அவர் வேண்டாம் என தலை ஆட்டினார். எழுந்து நின்று கதிரையில் மாட்டியிருந்த மேலாடையை எடுத்து அணிந்தார். கைப்பையை தோளிலே மாட்டினார். பரிசாரகர்கள் வந்து மேசையைச் சுத்தம் செய்து அடுத்த வாடிக்கையாளருக்குத் தயார் செய்தார்கள். அப்பொழுதும் அந்தப் பெண்ணுக்கு புறப்பட மனம் வரவில்லை. வாசலைப் பார்த்தபடி அப்படியே தனியாக நின்றார்.

> பெயன் மழை துறந்த புலம்பு உறு கடத்துக்
> கவை முள் கள்ளிக்காய்விடு கடு நொடி
> துதை மென் தூவித் துணைப் புறவு இரிக்கும்
> அத்தம் அரிய என்னார் நம் துறந்து
> பொருள் வயிற் பிரிவாராயின் இவ்வுலகத்துப்
> பொருளே மன்ற பொருளே
> அருளே மன்ற ஆரும் இல்லதுவே.

குறுந்தொகை 174 (வெண்பூதியார்)

In the desolate, rain-forsaken land
The twisted kalli 's pods
Open with a crackle
Frightening the mating pigeons
with their close-knit downy feathers.
He has left me languishing.
'In search of wealth, 'he said.
He did not mind the risks on the way.
If it comes to that,
then in this world
wealth has all support
and love must stand alone.

[இந்தப் பாடலை மொழிபெயர்த்தவர் பன்மொழி அறிஞரான ம.லெ. தங்கப்பா. சாகித்திய விருது பெற்ற இவர் சமீபத்தில் இறந்துபோனார். இவரை எண்ணும் போதெல்லாம் இந்தப் பாடல்தான் என் ஞாபகத்துக்கு வரும். பாடல் நினைவுக்கு வரும் போதெல்லாம் மேலாடை நுனியை கழுத்துடன் சேர்த்து பிடித்துக்கொண்டு எழுந்து தனியாக நின்ற இந்தப் பெண்ணின் நினைவு மனதில் வந்து போகும்.]

❖

ஆறாம் திணை

நாங்கள் அப்போது இலங்கையில் மவுண்லவினியா என்னும் இடத்தில் வாடகை வீட்டில் தங்கியிருந்தோம். எங்கள் வீட்டுக்குச் சொந்தக்காரரர் பெயர் பிரீஸ். அவருக்குத் தமிழ் தெரியாது. எனக்கு சிங்களம் தெரியாது.

1958ஆம் ஆண்டு மே மாதம் ஓர் இரவு கலவரம் மெல்ல மெல்ல ஊர்ந்து கொழும்புக்கு வந்தது. எந்த நேரமும் எங்கள் வீடு தாக்கு தலுக்கு உள்ளாகலாம் என்று உணர்ந்து அண்ணர் எங்கள் உயிரையும் உடைமைகளையும் பிரீஸ்தான் பாதுகாக்கவேண்டும் என்று அவரிடம் வேண்டினார். பிரீஸ் அப்போதுதான் தன் நினைவுக்கு வந்ததுபோல ஒரு புது மனிதராக மாறினார். எங்கள் பாதுகாப்புக்கு தான் உத்திர வாதம் என்றார். ஒரு நாற்காலியை எடுத்து வீட்டுக்கு வெளியே போட்டு அன்றிரவு முழுக்க அங்கேயே தங்கினார். தூங்கவே இல்லை. உள்ளே நாங்களும் தூங்காமல் விடிவதற்காகக் காத்திருந்தோம். அடுத்த நாள் காலை அங்கிருந்த மூன்று தமிழ் குடும்பங்களில் ஒரு குடும்பத் தின் வீடு உடைந்து சிதிலமாகிவிட்டது என்றார்கள். ஒரு குடும்பத்து ஆட்கள் இரவோடு இரவாக மறைந்து விட்டார்கள். எஞ்சியது நாங்கள் மட்டும்தான்.

ஒரு போலீஸ் வாகனத்தில் எங்களையும் இன்னும் சில தமிழ்க் குடும்பங்களையும் அகதிகள் முகாமுக்கு அழைத்துச் சென்றார்கள். ஒரேயொரு பெட்டிதான் எடுத்துவரலாம் என்று கட்டளை. என் பங்குக்கு டேனியல் டிஃபோ எழுதிய 'ராபின்சன் குரூசோ' என்ற நாவலை கையில் எடுத்துக்கொண்டேன். எப்போது வீட்டுக்குத் திரும்பி வருவோம் என்பது நிச்சயமில்லை. அடுத்த வேளை உணவு எப்போது எங்கேயிருந்து வரும் என்பதும் தெரியாது.

முகாமில் ஒரு தொண்டு நிறுவனம் அகதிகளுக்கு இலவசமாக உடைகள் வழங்கியது. ஏதோவொரு வெளிநாட்டில் யாரோ போட்டு முடித்த உடைகள்தாம் அவை. அதற்காக ஆட்கள் சண்டை போட்டு ஒருவர் மேல் இன்னொருவர் ஏறி நின்று பெற்றுக்கொண்டார்கள். எனக்குப் பெரிசான இரவு ஆடையின் மேல்சட்டை மட்டுமே அகப் பட்டது. கீழ்க் கால்சட்டை யாருக்குப் போனதோ தெரியாது. அந்த

மேல்சட்டையின் கடைசி பட்டன் என் கைகளுக்கு எட்டாது. முழங் காலைத் தாண்டி தூரத்தில் இருந்தது. ஆனால் மிகச் சந்தோசமாக அதை நான் பகலிலும் இரவிலும் அணிந்துகொண்டேன்.

அகதி முகாமில் 2000 பேர்வரை இருந்தார்கள் என்று நினைக் கிறேன். இன்னும் பல முகாம்கள் இருந்தன என்று பின்னர் கேள்விப் பட்டேன். ஒரு மத்தியான நேரத்தின் போது அகதிகளாகிய நாங்கள் மறியல் கைதிகள் போல வரிசையில் தட்டையேந்தி உணவுக்காக நின்றோம். இரண்டு கரண்டி எண்ணி என் தட்டில் விழுந்தது. அது மஞ்சள் நிறத்தில் சோறுபோலவே இருந்தது. பருப்பு முடிந்துவிட்டது. யாரோ ஒருவர் போட்டு முடித்த நீளமான இரவுச் சட்டையோடு நான் நடுப்பகலில் நெடுநேரம் அங்கே நின்றேன். அப்பொழுது நான் எனக்குச் சொல்லிக்கொண்டேன். 'இந்த நாளை நன்றாக ஞாபகம் வை. இதுவே உன் வாழ்நாளில் ஆகக் கீழேயான கணம். இனிமேல் இப்படி ஒரு தருணம் உன் வாழ்க்கையில் வராமல் பார்த்துக்கொள்.'

எங்களுக்கு ஏன் இந்த நிலை என்று நான் என் சின்ன மூளை யால் யோசித்தேன். ராபின்சன் குரூசோ நாவலில் ஓர் இடம் வரும். அவன் தனியாக ஒரு தீவில் பல வருடங்கள் வாழ்ந்தான். ஒருநாள் கடற்கரையில் மனிதக் காலடியைக் கண்டு பெரும் பீதி அடைந்தான். நான் நினைத்தேன் மனிதனுடைய உண்மையான எதிரி இன்னொரு மனிதன்தான்.

யாரோ போட்டு முடித்து தானமாகக் கிடைத்த இரவுச் சட்டையை நான் பல வருடங்களாகப் பல தேசங்களுக்கும் ஒரு ஞாபகத்துக்காக காவித் திரிந்தேன். ஒரு காலத்தில் நான் வளர்ந்து பெரியவனாகி அந்த உடையை நிரப்புவேன் என நினைத்தேன். அது நடக்கவே இல்லை. அந்த உடையும் ஒரு நாட்டைவிட்டு இன்னொரு நாட்டுக்கு நான் அலைந்தபோது ஏதோ ஒரு தருணத்தில் என்னை விட்டுத் தப்பியது..

சில வருடங்களுக்கு முன்னர் கனடாவில் நான் புலம்பெயர்ந்த தமிழ் இளைஞர் ஒருவரைச் சந்தித்தேன். முப்பது வயதிருக்கும், உற்சாக மாக இருந்தார். இவருடையது வித்தியாசமான கதை. இலங்கையிலும், பாங்கொக்கிலும் சிறையில் இருந்திருக்கிறார். ரஸ்யாவில் பனிப்புதை வில் மயிரிழையில் உயிர் தப்பியவர். சிங்கப்பூரில் இவரைக் குப்புறக் கிடக்க வைத்து ஒன்பது பிரம்படிகள் கொடுத்திருக்கிறார்கள், ஒன்பது நாள் விசா கெடுவை மீறி தங்கியதற்காக. கழுத்திலே மரப்பூட்டைப் போட்டுவிட்டு ஒரு தடியான மனிதன் பிரம்பினால் அடித்தான். அடித்து முடிந்த பிறகு அதே இடத்தில் ஒரு சீனக் கிழவி மயிலிறகால் முதுகில் எண்ணெய் பூசிவிட்டாள். இருவருக்கும் சிங்கப்பூர் அரசு சம்பளம் கொடுத்தது.

அமெரிக்கா போய்ச் சேர்ந்தபோது அவருடைய கள்ள பாஸ் போர்ட்டை கண்டுபிடித்துவிட்டார்கள். கையிலும் காலிலும் சங்கிலி மாட்டி, கையிலே 8 றாத்தல் கனமான இரும்புக் குண்டை காவக் கொடுத்து, நடத்தி சிறைக்கு கூட்டிச் சென்றார்கள். சிறைவாசம் முடிந்து, மூன்று வருட பயணத்துக்குப் பின்னர் கனடாவுக்கு வந்து சேர்ந்தார். அகதியாக இருந்தபோது வேலை தேடி 17 கம்பனிகளில் நேர்முகத் தேர்விற்குப் போனார். எல்லோரும் அவரிடம், 'உங்கள் கனடிய அனுபவம் என்ன? உங்கள் திறமை என்ன?' என்றே கேள்வி கள் கேட்டார்கள். 18ஆவது இடத்தில் அவர் இப்படி பதில் சொன்னார். 'ஐயா, எனக்கு கனடா அனுபவம் கிடையாது; ஆனால், என்னிடம் நிறைய திறமை உள்ளது. என் திறமை நான் உயிர் வாழ்வது. இன்றுவரைக்கும் உயிர் தப்பி நான் வாழ்கிறேன் என்றால் அது என்னுடைய திறமை.' அப்போதும் வேலை கிடைக்கவில்லை. இப்பொழுது அவர் கனரக வாகனம் ஓட்டுகிறார். அவருடைய வருமானம் சராசரி கனடியரின் வருமானத்திலும் பார்க்க இரண்டு மடங்கு அதிகம். இது ஓர் உதாரணம்தான். ஒரு புது நாடு கிடைத்து விட்ட சந்தோசம் அவருடைய முகத்தில் நிரந்தரமாக இருக்கிறது. கூடவே அகதியாக வந்த ஒருவரின் வாழ்வும் வலியும்.

புலம் பெயர்வது ஒன்றும் புதிதல்ல. ஆயிரமாயிரம் ஆண்டு களாக மனிதன் புலம்பெயர்ந்தபடியே இருக்கிறான். சங்க இலக்கியம் ஐந்து நிலங்கள் பற்றிப் பேசும். குறிஞ்சி, முல்லை, மருதம், நெய்தல், பாலை. பல பாடல்கள் தலைவன் தலைவியைப் பிரிந்து போவதைச் சொல்லும். பொருள்வயின் பிரிவு என்று சொல்வார்கள். பொருள் தேடிப்போவதால் புலம்பெயர நேரிடுகிறது. நற்றிணை 153இல் தனி மகனார் பாடிய பாடல் 'வெஞ்சின வேந்தன் பகை அலைக் கலங்கி, வாழ்வோர் போகிய பேர் ஊர்ப் பாழ்' என்கிறது. சினம் கொண்ட அரசனின் கொடுமை தாங்கமுடியாமல் துயருற்று, சொந்த ஊரை விட்டு ஓடியவர்களின் கதை. 2000 வருடங்களுக்கு முன்னர் அரசனின் கொலைச் சீற்றத்துக்கு பயந்து வெளியேறியவர்கள் போலத்தான் சமீப காலங்களில் புகலிடம் தேடி அலைந்து கரை சேர்ந்தவர்களையும் சொல்லலாம்.

கனடாவுக்கும் தமிழ் இலக்கியத்துக்கும் ஏதோ ஒரு தொடர்பு உண்டு. திருக்குறளையும் திருவாசகத்தையும் ஆங்கிலத்தில் மொழி பெயர்த்த ஜி.யூ போப் பாதிரியார் கனடாவில் பிறந்தவர். தமிழ் அகதிகள் கனடாவுக்கு குடிபெயரத் தொடங்கியது 1983ஆம் ஆண்டு இலங்கை இனக்கலவரத்துக்கு பின்னர்தான். அவர்கள் குடியேறி சில வருடங்களிலேயே பத்திரிகைகள் ஆரம்பித்துவிட்டார்கள். அகதிக் கோரிக்கை இன்னும் வெற்றி பெறவில்லை. நிரந்தர வேலை கிடை யாது. அடுத்தவேளை உணவு பற்றி நிச்சயமில்லை. ஆனால் பத்திரிகை களும் இலக்கிய சஞ்சிகைகளும் தொடங்க அவர்கள் தயங்கவில்லை.

புதுநாட்டுக்கு வந்தவுடன் அவர்கள் செய்தது புது வாழ்க்கையை பதிவு செய்ததுதான். ஈழத்துக் கவிஞரான வ.ஐ.ச. ஜெயபாலன் எழுதுகிறார்:

“யாழ்நகரில் என் பையன்
கொழும்பில் என் பெண்டாட்டி
வன்னியில் என் தந்தை
தள்ளாத வயதினிலே
தமிழ் நாட்டில் என் அம்மா
சுற்றம் பிராங்போட்டில்
ஒரு சகோதரியோ ப்ரான்ஸ் நாட்டில்
நானோ
வழிதவறி அலாஸ்கா
வந்து விட்ட ஒட்டகம்போல்
ஒஸ்லோவில்”

கவிதைகள் எழுத முடியாதவர்கள், அவர்கள் சேர்த்துவைத்த நூல்களைச் சுமந்துகொண்டுவர மறக்கவில்லை. ஒருவர் சாண்டில் யனின் கடல் புறாவை 10 வருடகாலமாகத் தூக்கிக்கொண்டு நாடு நாடாக அலைந்ததாகச் சொன்னார். இதற்கெல்லாம் காரணம் இருந்தது. 1991ஆம் ஆண்டு மே 31ஆம் தேதியை ஒரு தமிழராலும் மறக்க முடியாது. அன்றுதான் யாழ்நூலகம் ஒரு லட்சம் நூல்களுடன் எரிக்கப்பட்டது. ஓர் இனத்தை அழிப்பதற்கு அவர்கள் நூல்களை எரித்தால் போதும். அவர்கள் அறிவு மேலும் வளர்வதற்கு முடியாமல் நின்றுவிடும். Farenheit 451 நூல் அதைத்தான் சொல்கிறது. அறிவைச் சாகடித்து விட்டால் மனிதன் செத்துவிடுவான்.

புலம்பெயர் தமிழர்களின் இரண்டாம் தலைமுறை தமிழைக் கைவிட்டுவிடும் என்ற பொதுவான குற்றச்சாட்டு இருக்கிறது. இன்றைய கணிணி யுகத்தில் தமிழ் கற்பது இலகுவாகிவிட்டது. புலம்பெயர் நாடுகளில் தமிழ் கற்க முனையும் மாணவர்களின் எண்ணிக்கையும் அதிகரித்து வருகிறது. இதுதான் உண்மை நிலை. இவர்களில் சிலராவது உயர்ந்த இலக்கியங்கள் படைத்து தமிழை உலக அரங்கில் முன்னிறுத்துவார்கள்.

தமிழர்கள் எட்டு கோடி பேர் உலகம் முழுவதிலும் இருக்கிறார்கள். நியூசிலாந்தில் இருந்து அலாஸ்கா வரை பரந்துபோய் புலம்பெயர் தமிழர்கள் பத்து லட்சம் மக்கள் வாழ்கிறார்கள். கனடாவில் மட்டும் மூன்று லட்சம் தமிழர்கள் என்று கணக்கெடுப்பு சொல்கிறது. ஒரு காலத்தில் பிரிட்டிஷ் ராச்சியத்தை சூரியன் மறையாத ராச்சியம் என்று அழைத்தார்கள். இப்போதோ சூரியன் மறையாத தமிழ்ப் புலம் என்று சொல்கிறார்கள்.

கனடாவில் தமிழர் மரபுரிமை மாதமாக சனவரி பிரகடனப் படுத்தப்பட்டிருக்கிறது. அத்துடன் உலகத்தில் இரண்டாவது பெரிய

தேசமான கனடாவில் முதல்முறையாக ஒரு புதிய சாலைக்கு 'வன்னி வீதி' என்று பெயர் சூட்டப்பட்டிருக்கிறது. இது சரித்திர முக்கியத்துவம் வாய்ந்த நிகழ்வு. வன்னி வீதி, தமிழர்களுக்குச் சொந்தமான வீதி. இந்த வீதியை ஒன்றும் இலகுவாகச் சிதைக்க முடியாது. நூலகத்தை எரித்ததுபோல இதை அழிக்க முடியாது. என்றென்றைக்குமாக கனடாவில் ஈழத்தமிழரின் புலம்பெயர் வரலாற்றை நினைவு படுத்தியபடியே இந்த வீதி நிற்கும்.

சங்க இலக்கியத்தில் எட்டுத்தொகையில் ஒன்று ஐங்குறுநூறு. ஐந்து நூறு பாடல்கள் கொண்டது. குறிஞ்சி நிலத்துக்கு நூறு பாடலும், நெய்தல் நிலத்துக்கு நூறு பாடலும், மருதம் நிலத்துக்கு நூறு பாடலும், முல்லை நிலத்துக்கு நூறு பாடலும் பாலை நிலத்துக்கு நூறு பாடலுமாக ஐந்நூறு பாடல்கள். பனியும் பனிசார்ந்த நிலத்துக்கும் பாடல்கள் இல்லை. புலம்பெயர்ந்த பத்து லட்சம் மக்கள் சென்றடைந்தது பனிப்பிரதேசங்களுக்குத்தான்.

என்னுடைய கிராமம் கொக்குவில். அங்கே காகம் இருக்கிறது. அதற்கு இரண்டு செட்டை. ஆறுமணிக்குருவியும் (Indian Pitta) இருக்கிறது. அதற்கும் இரண்டு செட்டை. சரியாக காலை ஆறுமணிக்கு இந்தக் குருவி 'கீஈஈஈய்க், கீஈஈஈய்க்' என்று சத்தமிடும். காகத்துக்கு பறக்கும் எல்லை இரண்டு மைல் தூரம். ஆறுமணிக்குருவிக்கு எல்லையே கிடையாது. இமயமலைக்கு பறந்துபோய் மீண்டும் திரும்பும். ஈழத்திலிருந்து புலம்பெயர்ந்தவர்கள் இந்த ஆறுமணிக் குருவிபோல. அவர்களுக்கு எல்லையே கிடையாது. அவர்கள் உலகம் பனியும் பனி சார்ந்த நிலமும். ஆறாம் திணை.

(குறிப்பு: தமிழ்நாடு 11ம் வகுப்பு பாடநூலில் மேற்கண்ட 'ஆறாம் திணை' கட்டுரை இடம் பெற்றுள்ளது.)

உள்ளே வராதே

சிறுவயது ஞாபகங்கள் என்றும் மனதிலிருந்து அழிவதில்லை. இன்று காலை என்ன உணவு சாப்பிட்டேன்? ஞாபகமில்லை. நேற்று பத்திரிகை தலைப்பு செய்தி என்ன? ஞாபகம் இல்லை. ஆனால் பல வருடங்களுக்கு முன்னர் நடந்தவை இன்னும் நினைவில் அப்படியே நிற்கின்றன. அதுமட்டுமல்ல, அப்போ நடந்தவற்றையும், படித்தவற்றை யும் இப்போ நடக்கும் சம்பவங்களுடன் தொடர்புபடுத்த முடிகிறது. இன்னும் சொல்லப்போனால், வாழ்க்கையில் நாம் படிக்க வேண்டிய பாடங்கள் எல்லாவற்றையும் 12 வயதுக்குள்ளேயே நாம் கற்றுக் கொண்டு விடுகிறோம் என்றுதான் தோன்றுகிறது.

சிறுவயதில் எங்கள் கிராமத்துக் கோயிலில் கதாப்பிரசங்கம் நடைபெறும். இரவு நேரம் நடப்பதால் என்னை அங்கே லேசில் போக விடமாட்டார்கள். கெஞ்சி மன்றாடி போவேன். கிருபானந்தவாரியார் பத்து நாட்கள் தொடர்ந்து பேசுவார். எனக்கு இரண்டு மூன்று நாட் கள் போக அனுமதி கிடைக்கும். அவர் தங்கியிருந்த வீடு என் நண்பன் வீட்டுக்குப் பக்கத்தில் இருந்தது. ஒருநாள் பகல் அந்த வீட்டுக்கு போனேன். வீட்டு வாசலில் நின்ற வேலைக்காரன் என்னைக் கண்டதும் அதிகாரத்தை தன் கையில் எடுத்துக்கொண்டு 'உள்ளே வராதே' என்று கத்தினான். கிருபானந்தவாரியார் வெளித் திண்ணை யில் சப்பணக்கால் போட்டு ஓர் எழுத்து மேசையின் முன் உட்கார்ந்து ஏதோ எழுதிக்கொண்டிருந்தார். வெற்று உடம்பு. நெற்றி முழுக்க விபூதி. கழுத்திலே ருத்திராட்ச மாலைகள்.

வாரியார், வேலைக்காரனை நிமிர்ந்து பார்க்க அவன் 'யாரோ சின்னப் பெடியன். நான் துரத்திவிடுகிறேன்' என்றான். வாரியார் 'சின்னவர், பெரியவர் என்று ஒரு வித்தியாசமும் கிடையாது. பையனை உள்ளே அனுப்பு' என்றார். தலைமையாசிரியர் அறைக்கு போவதுபோல நடுக்கத்துடன் நுழைந்தேன். புன்னகையுடன் 'என்ன வேணும்?' என்றார். 'சும்மா பார்க்க வந்தேன்.' பின்னேரம் பிரசங்கம் கேட்க வருவியா?' என்றார். தலையாட்டினேன். 'இன்றைக்கு வர மறக்காதே' என்றார். நான் வீடு திரும்பி எப்படியோ அனுமதி பெற்று அவருடைய பிரசங்கத்துக்குப் போய் முன் வரிசையில் அவர் பார்க்கக் கூடிய தூரத்தில் உட்கார்ந்தேன்.

அன்று, ராமர் குகனை சந்தித்த இடத்தைப் பற்றி வாரியார் விளக்கமாகப் பேசினார். ராமர் அரசகுமாரன். குகனோ வேடுவன். அவன் கொண்டுபோன தேனையும் மீனையும் 'அமிழ்தினும் இனியது' என ராமர் பாராட்டுகிறார். சீதையை ராவணன் கவர்ந்து சென்ற பின்னர் சுக்ரீவனுக்கு உதவுகிறார். போரின் தொடக்கத்தில் விபீடணன் அடைக்கலம் கேட்டுவர அவனையும் தன்னுடன் சேர்த்துக்கொள் கிறார். சுக்ரீவன் குரங்கு இனம். குகன் வேடுவன். விபீடணன் பாதி அசுரன், பாதி முனிவர். ராமரோ அரசகுமாரன். அவர்கள் எல்லோருமே ராமருக்கு சகோதரர்கள் ஆகிறார்கள். ஒரு வேறுபாடும் கிடையாது. சின்னவர் பெரியவர் இல்லை. உயர்ந்தவன் தாழ்ந்தவன் கிடையாது. அன்று அதை வாரியார் எனக்குச் சொன்னது போலவே உணர்ந்தேன்.

'குகனொடும் ஐவரானோம் முன்பு, பின் குன்று சூழ்வான்
மகனொடும் அறுவர் ஆனோம், எம்முழை அன்பின் வந்த
அகன் அமர் காதல் ஐய! நின்னொடும் எழுவரானோம்'

சமீபத்தில் நான் படித்த சம்பவம் ஒன்று சிறுவயதில் நான் கற்றுக் கொண்டதை நினைவு படுத்தியது. சாள்ஸ் பிளம் என்பவர் போர் விமானி. அமெரிக்க வியட்நாம் யுத்தத்தின்போது மிகத் திறமையாக விமானம் ஓட்டி இலக்கு தவறாமல் குண்டுகள் போட்டு பெயரெடுத்த வர். கப்பலில் இருந்து விமானம் புறப்படும் முன்னர் பலருடைய உதவி அவசியம். விமானம் பழுதுபார்ப்பவர், எரிபொருள் நிரப்புபவர், காலநிலை கணிப்பவர், பாரசூட் பொறுப்பாளர் என அனைவரும் உதவுவார்கள். ஆனால் விமான ஓட்டிகள் இவர்களைப் பொருட்படுத் துவதில்லை. பேசமாட்டார்கள். அவர்கள் பகுதி கதவில் 'உள்ளே வராதே' என எழுதியிருக்கும்.

போர் முடிந்த பின்னர் ஒருநாள் பிளம் தன் மனைவியுடன் உண வகம் ஒன்றில் உணவருந்திக்கொண்டிருந்தார். அப்பொழுது முன்பின் அறியாத ஒருவர் வந்து கைகொடுத்து 'நீங்கள் பிளமா?' என்றார். 'ஆமாம்.' விமான ஓட்டிதானே? 'ஆமாம்.' உங்கள் விமானத்தை சுட்டு வீழ்த்தி நீங்கள் 4 வருடம் வியட்நாம் சிறையில் இருந்தீர்கள் அல்லவா? 'ஆமாம். நீங்கள் யார்?' நான்தான் உங்கள் பாரசூட்டை மடித்து வைத்தவன்.'

பிளம் ஒன்றுமே பேசாமல் அப்படியே நின்றார். அவர் மனதில் 'நான் பெரிது, நீ பெரிது என ஒன்றுமே இல்லை' என்ற சிந்தனை ஓடியிருக்கும். இதுதான் எட்டு வயதில் என் மனதிலும் ஓடியது.

❖

என்னைவிட்டுத் தப்புவது

2017 முழுக்க எனக்கு கூகிள் வருடமாக அமைந்தது. ஒவ்வொரு வார்த்தையாக கூகிளில் தேடினேன். என்னுடைய தேடலில் நான் எழுதிய கட்டுரை ஒன்றுதான் வந்தது. 'அட, இங்கேயும் அப்படியா?' என்று கம்புயூட்டரை மூடிவைத்தேன்.

எழுத்தாளர் மூளையிலே கரு எப்படி உதிக்கிறது என்பதுதான் கேள்வி. பல காரணங்களைச் சொல்லலாம். ஒரு சம்பவமாக இருக்கலாம்; வார்த்தையாக இருக்கலாம். அல்லது பழைய நினைவு அல்லது கனவு என்றும் சொல்லலாம். ரயிலில் விழுந்து இறந்த பெண்ணைப் பார்த்தபோதுதான் ரோல்ஸ்ரோயின் மிகச் சிறந்த நாவலான அன்னா கரீனினா அவர் மூளையில் தோன்றியது என்று சொல்வார்கள். அந்தச் சம்பவம் ஒரு திறப்புதான். நாவல் ஏற்கனவே அவர் மனதில் உட்கார்ந்திருந்தது.

நான் இதே கேள்வியை பல வருடங்களுக்கு முன்னர் ஆங்கில எழுத்தாளரான டேவிட் செடாரிசிடம் கேட்டிருக்கிறேன். 'ஒன்றுமே எழுத இல்லாதபோது என்ன செய்வீர்கள்?' அவர் சொன்னார் 'நான் தினமும் எழுதும் பழைய டைரிக் குறிப்புகளைப் படிப்பேன். ஏதாவது தோன்றும்' என்றார். சமீபத்தில் அவருடைய டைரிக் குறிப்புகளே Theft by Finding என்ற பெயரில் நூலாக வெளியாகியிருக்கிறது. ஒருவருடைய வீட்டில் நடப்பதை ரகஸ்யமாக எட்டிப் பார்ப்பதுபோல அந்தப் புத்தகமும் சுவையாகத்தான் இருக்கிறது.

இன்று தமிழில் பல லட்சம் வார்த்தைகளைத் தாண்டி எழுதிக் கொண்டிருக்கும் எழுத்தாளர் ஜெயமோகனிடமும் இதே கேள்வியைக் கேட்டேன். மிகப் பெரிய எழுத்தாளர்களுக்கு எல்லாம் எழுத்து தடங்கல் ஏற்பட்டிருக்கிறது. ஜெயமோகனுக்கு அப்படி நேர்ந்திருக் கிறதா என்றபோது அவர் சொன்னார். 'நான் தடங்கலால் பல சமயம் கஷ்டப்பட்டிருக்கிறேன். அதைக் கடந்துபோக ஒரு வழியுண்டு. கம்புயூட்டரின் முன் உட்கார்ந்து ஒரே வார்த்தையை திரும்பத் திரும்ப அடிப்பேன். ஒரு பக்கம் தாண்டியதும் ஏதாவது தோன்றும். அதைத் தொடர்ந்து எழுதுவேன். மூன்றாவது பக்கம் வந்ததும் கதை தன்னைத் தானாகவே எழுதத் தொடங்கிவிடும். நான் தள்ளி நின்று பார்ப்பேன். கதை முடிந்ததும் முதல் இரண்டு பக்கத்தையும் நீக்கிவிடுவேன்.'

அனுக் அருட்பிரகாசம் என்ற இளைஞர் எழுதிய The Story of a Brief Marriage புத்தகத்தைப் படித்தேன். இவர் இலங்கைக்காரர். அமெரிக்காவில் முனைவர் பட்டத்துக்கு படித்துக் கொண்டிருக்கும் மாணவர். இவருடைய 208 பக்க நாவல் பற்றி பத்திரிகைகள் நிறைய எழுதின. தெற்கு ஆசிய இலக்கிய நடுவம் இந்த நூலுக்காக இவருக்கு 25,000 டொலர் பரிசு வழங்கியது The Wall Street Journal பத்திரிகை 2016ல் வெளிவந்த மகத்தான பத்து நாவல்களில் இதுவும் ஒன்று என எழுதியிருக்கிறது.

ஈழப்போரின் கடைசி நாட்களை இது விவரிக்கிறது. ஒரு கிழவர் தன் மகளை என்ன செய்வது என்று தெரியாமல் தடுமாறிய நேரம் ஓர் இளைஞனை அணுகி தன் மகளை மணமுடிக்கும்படி கேட்கிறார். அவனும் சம்மதிக்கிறான். ஒருநாள் மட்டுமே நீடிக்கும் அந்த திருமணத்தை பற்றியதுதான் கதை. இந்த நாவலை எழுதியபோது அனுக்கின் வயது 19. போர் நடந்த நாட்களில் இவர் அங்கே இல்லை; ஒன்றையுமே நேரில் பார்த்தது கிடையாது. பத்திரிகை துணுக்குகள், டிவி செய்திகள், போரில் தப்பியவர்களின் நேர்காணல்கள் ஆகிய வற்றை வைத்து புனைந்த நாவல் என்று சந்தித்தபோது சொன்னார்.

எப்படி, எப்போ மனதில் சிந்தனை உருவாகும் என்பதைச் சொல்லவே முடியாது. ஒரு சின்னப் பொறிதான் கதையை ஆரம்பித் திருக்கும். ஆனால் கதை எழுதி முடிந்த பின்னர் அந்தப் பொறி கதையின் உள்ளே மறைந்துபோன சம்பவங்களும் நடந்திருக்கின்றன.

முப்பது வருடத்துக்கு முந்திய ஆப்பிரிக்க அனுபவம் ஒன்று திடீரென்று நினைவுக்கு வந்தது. இத்தனை வருடமும் அது எங்கேயி ருந்தது? 'பருவத்தால் அன்றிப் பழா' என்னும் அவ்வையின் வாக்குப் போல அது அதற்கு ஒரு காலம் உண்டு. இந்தக் கதைக்கு கருவாக அமைந்தது ஒரு சிறுவனுடைய வசனம்தான். அந்தப் பையனுடைய அம்மா கிறிஸ்தவர்; அப்பா முஸ்லிம். பையனுக்கு 5 வயது நடந்த போது அப்பா இறந்துபோனார். அவனுடைய தாயார் அவனை வளர்க்கச் சிரமப்பட்டார். வீடு வீடாகப் போய் வீடுகளைக் கூட்டி சுத்தமாக்கினார். நெடுநேரம் முழங்காலில் உட்கார்ந்து நிலத்தைத் துடைத்தார். இரவுகளில் கூடை பின்னி விற்று காசு சேர்த்து மகனைப் படிக்க வைத்தார். ஒரு நாள் பையன் தாயார் படும் கஷ்டத்தைப் பார்த்துவிட்டு ஒரு கேள்வி கேட்டான். 'என்னுடைய அப்பா முஸ்லிம். அவர் இன்னும் மூன்று பெண்களை மணமுடித்திருக்கலாமே. ஏன் அப்படிச் செய்யவில்லை? செய்திருந்தால் எனக்கு நாலு அம்மாமார் கிடைத்திருப்பார்கள். என்னை நாலு பேர் வளர்த்திருப்பார்கள். நீ இத்தனை கஷ்டப்படவே தேவையில்லை.' இந்த வசனம் தான் முக்கியம், கதையின் அடிப்படை. கதையின் தலைப்பு 'சின்ன ஏ, பெரிய ஏ.' சிறுகதை வெளிவந்ததும் பாராட்டுக் கிடைத்தது. பையன்

சொல்லும் வசனம் கதையில் எங்கோ புதைந்து போனது. அது பற்றி ஒருவருமே பேசவில்லை.

எனக்கு கனவு வருவது அபூர்வம். சிலருக்கு முழுச் சிறுகதையும் கனவிலேயே வந்துவிடும். வண்ணதாசன் அப்படிப்பட்ட அதிர்ஷ்ட சாலி. சமீபத்தில் கனடாவுக்கு தமிழ் இலக்கியத் தோட்டத்தின் வாழ்நாள் இலக்கிய சாதனை விருது பெற வந்திருந்தார். அவர் ஆறு நாட்கள் தங்கினார். அவர் தங்கியிருந்த நாட்களில் அவருடைய மெய்க் கடிகாரமும், கைக்கடிகாரமும் ஒன்றுடன் ஒன்று பேசவில்லை. படுக்கும் நேரத்தில் விழித்திருந்தார். விழித்திருக்கும் நேரத்தில் கனவு கண்டார். இதுதான் அவர் சொன்ன கனவு.

'ஒரு நிகழ்ச்சி துவங்கப் போகிறது. நடிகர் நாஸர்தான் அதை நடத்துகிறார். நான் இருக்கும் வரிசைக்கு வந்து நிகழ்ச்சியின் துவக்க மாக ஒரு புறாவை பறக்க விடவேண்டும் என என்னைக் கேட்டுக் கொள்கிறார். இவ்வளவு பேர் இருக்க என்னை ஏன் கேட்கிறார் என நினைத்தபடியே எழுகிறேன். வேட்டியும், ஜிப்பாவும் அணிந்திருக் கிறேன். நாஸர் என்னை துரிதப்படுத்தி புறாவை கைகளில் தருகிறார். புறா சிறியது; ஒரு மாவடுபோல என் கைக்குள் அது வெதுவெதுப்பாக இருக்கிறது. 'இப்படியே அவருடைய கனவு நீள்கிறது. ஓர் எழுத்தாள ருக்கு கனவே சிறுகதை உருவத்தில் வெளிப்படுவது எத்தனை வசதி. மரம் ஒன்று, நாற்காலியும் மேசையுமாக காய்ப்பதுபோல.

நூறு விதைகள் விழுந்தால் ஒன்றிரண்டுதான் முளைக்கும். கரு கதையாவதும் அப்படித்தான். சில சம்பவங்கள் அருமையான கதை யாகக் கூடிய சாத்தியங்களோடு இருக்கும். ஆனால் அவை கதையாக மாறாமலே மறைந்துவிடும். என்னுடைய நண்பர் ஒருவர் விமானி. ஒரு முறை பைலட் அறைக்குள் விமானியுடன் அமர்ந்து பிரயாணப் படுகிறேன். இரண்டு விமான ஓட்டிகள் விமானத்தை ஓட்டுகிறார்கள். ஒருவர் என் நண்பர். நான் தோளுக்கு மேல் பைலட் அணிவது போல சீட் பெல்டைக் கட்டி நண்பருக்கு பின்னால் உட்கார்ந்திருக்கிறேன். முன்னுக்கு முகப்பு கண்ணாடியில் நூறுவிதமான பல்புகள் எரிவதும் அணைவதுமாக இருக்கின்றன. விமானம் அபிட்ஜான் நகரை நோக்கிப் பறக்கிறது. நண்பர் சொல்கிறார், 'இடது பக்கம் விமான தளம் இப்போது தெரியும். 'மற்ற விமானி சொல்கிறார் இல்லையே. வலது பக்கம் என்று கருவி சொல்கிறது. அப்படியா. இதே பக்கம் தான். இன்னும் சிறிது நேரத்தில் உண்மை புரியும்.' 'என் நெஞ்சு படபடவென்று அடிக்கிறது. விமானம் வழி தவறிவிட்டது என்றே நினைக்கிறேன். ஆனால் இரண்டு விமானிகளும் நிலவில் அமர்ந்து பேசுவதுபோல சாதாரணமாகப் பேசுகிறார்கள். இது நடந்து 40 வருடம் இருக்கும். இந்தச் சம்பவம் இன்னும் சிறுகதையாக மாறவே இல்லை.

சில சம்பவங்கள் ஆகச் சமீபத்தில் இருப்பதால் அவை கண்ணுக்குத் தெரிவதில்லை. ஒரு முறை எழுத்தாளர் சுஜாதாவைச் சந்திக்கப் போயிருந்தேன். அவர் தன் வாழ்க்கையில் நடந்த ஒரு சம்பவத்தை சொன்னார். என்னால் நம்பவே முடியவில்லை. அவருடைய அம்மா இறந்த பின்னர் அவர் பாதுகாத்து வந்த ஒரு சின்ன மரப் பெட்டியை திறந்து பார்த்தார்கள். அதற்குள் சுஜாதாவின் அம்மா வேறு ஒருவருக்கும் தெரியாமல் பணம் சேர்த்து வைத்திருந்தார். சுஜாதாவின் அப்பா அழத் தொடங்கினார். 'நான் ஒரு குறையும் வைத்தது கிடையாது. எதற்காக இத்தனை பணம் எனக்குத் தெரியாமல் சேர்த்தார். நான் அவரைக் கைவிட்டுவிடுவேன் என நினைத்தாரோ?' எனப் புலம்பினார். அவர் மனைவி அவருக்கு துரோகம் செய்துவிட்டதாகவே நினைத்தார்.

இதைச் சுஜாதா என்னிடம் சொன்னபோது இதற்குள் அருமையான சிறுகதை இருப்பது எனக்கு உடனேயே புலப்பட்டது. அந்தச் சம்பவத்தை சுஜாதா சிறுகதையாக எழுதுவார் என நாலு வருடம் காத்திருந்தேன். அவர் எழுதவே இல்லை. பின்னர் நானே அதை ஒரு சிறுகதையாக எழுதி வெளியிட்டேன்.

சிலருக்கு சம்பவங்கள் தேவையாக இருக்காது. அவர்களுக்கு இயற்கையாகவே கற்பனை கொட்டிக் கொண்டிருக்கும். சமீபத்தில் நான் வை. மு. கோதைநாயகி பற்றி படித்தேன். 58 வயது மட்டும் வாழ்ந்து 1960ஆம் ஆண்டுதான் இறந்து போனார். இவர் 115 நாவல்கள் எழுதினார். ஐந்து வயதில் மணமுடித்த இவருக்கு எழுத வாசிக்க வராது. இவர் சொல்லச் சொல்ல இவருடைய சிநேகிதி இவருடைய முதல் நாடகமான 'இந்திரமோகனாவை' எழுதினார். அதற்குக் கிடைத்த வரவேற்பைப் பார்த்து அதிசயித்து இவரே எழுதப் படிக்கக் கற்றுக் கொண்டு நாவல்களை எழுதித்தள்ளினார். ஒரு சம்பவத்துக்கோ, வார்த்தைக்கோ கனவுக்கோ இவர் காத்திருக்கவில்லை. கற்பனை இவருக்கு வெள்ளம்போல தானாகவே வந்தது.

ஆங்கிலத்தில் ஓர் எழுத்தாளர் இருந்தார். இவர் ஒரு விபத்தினால் எழுத்தாளர் ஆனார். இவருடைய பெயர் மார்கிரெட் மிச்செல். ஒரு முறை கால் முறிந்து படுத்த படுக்கையாக இருந்தபோது இவருடைய கணவர் தினமும் நூலகத்துக்குச் சென்று புத்தகங்களை கட்டுக் கட்டாக அள்ளிக்கொண்டு வருவார். மார்கிரெட் அவற்றைப் படித்துவிட்டு 'இதன் முடிவு சரியில்லை' எழுத்து நடை மோசம் 'முழுக்க முழுக்க அபத்தம்' இப்படி ஏதாவது குறை சொல்லிக் கொண்டே இருப்பார். கணவன் ஒருநாள் சொன்னார்' உனக்குத்தான் ஒரு புத்தகமும் பிடிக்கவில்லையே. நீயே உனக்குப் பிடிக்கும் விதமாக ஒரு புது புத்தகத்தை எழுதுவதுதானே. 'அப்படி பிறந்ததுதான் Gone with the Wind என்ற உலகப் பிரசித்தி பெற்ற நாவல். இந்த நாவலுக்கு

பல விருதுகள் கிடைத்தன. பின்னர் திரைப்படமாகவும் வந்தது. மார்கிரெட் கால் உடைந்து படுக்கையில் கிடந்திராவிட்டால் இப்படியான ஓர் இலக்கியம் உலகத்துக்கு கிடைத்திருக்குமா என்பது சந்தேகம் தான்.

இன்று காலை பேராசிரியர் சுகிர்தராஜாவின் கட்டுரை ஒன்றைப் படித்தேன். உடனேயே அவரை அழைக்கவேண்டும் என தோன்றியது. ஏன் என்றால் அந்தக் கட்டுரை தொடங்கிய விதம் என்னைக் கவர்ந்தது. லண்டனில் வசிக்கும் அவரை அழைத்து கட்டுரையின் துவக்க வரியைப் பற்றி சொன்னேன். எனக்கு மிகவும் பிடித்த டென்மார்க் எழுத்தாளர் ஐசாக் டெனிசனின் ஆரம்பவரி போல இருக்கிறதென்று பாராட்டினேன். சுகிர்தராஜாவுடைய தொடக்க வரி இப்படி போனது. 'நான் கொஞ்ச நாள் ஒரு கார் வைத்திருந்தேன்.' இறுதியில், இந்தக் கட்டுரையை எழுதுவதற்கான பொறி அவர் மூளையில் எப்படி தோன்றியது என்று கேட்டேன். அவர் சிரித்தார். 'சொன்னால் நம்ப மாட்டீர்கள்' என்றார். 'பரவாயில்லை, சொல்லுங்கள். 'நீங்கள் எழுதிய ஊபர் கட்டுரையைப் படித்தபோது கிடைத்தது' என்றார். நான் டெலிபோனை வைத்தேன்.

❖

இரு கவிகள்

சென்ற வாரம் ரொறொன்ரோவில் இரண்டு கவிகளைச் சந்தித் தேன். தனித்தனியாக. ஒரு கவியைச் சந்திப்பதே சிரமமான காரியம். ஆனால் சில அதிசயங்கள் நடக்கத்தான் செய்கின்றன. அன்று காலையே சந்தைப்படுத்தும் தொலைபேசி அழைப்புகள் வரத் தொடங்கிவிட்டன. தலைமைப் பண்பு எனத் தொடங்கும் ஓர் அழைப்பு வந்ததும் திடுக்கிட்டுவிட்டேன். பின்னர்தான் தெரிந்தது அது தலைமை விளம்பரம் என்று. மனிதக் குரல் என்றாலும் சகித்துக் கொள்ளலாம். மெசின் குரல்மீது எப்படி எரிச்சலைக் காட்டுவது.

காலை வேளைகளில் தொடர்ந்து மெசின்கள் அழைப்பது பற்றி யோசித்துக் கொண்டிருந்தபோது வீட்டு அழைப்பு மணி அடித்தது. கதவைத் திறந்தேன். பெருங்கவிக்கோ வா.மு.சேதுராமன் வாசலில் நின்றார். பக்கத்தில் சட்டத்தரணி மனுவல் ஜேசுதாசன். அவர்தான் அவரை கூட்டி வந்திருந்தார். பெருங்கவிக்கோவின் புகைப்படங்களை பத்திரிகைகளில் அடிக்கடி பார்த்திருக்கிறேன். இப்பொழுதுதான் அவரை நேரிலே பார்க்கிறேன். அவருடைய சால்வையோ, உடையோ என் கண்ணில் படவில்லை. மீசையை மட்டுமே பார்த்தேன். ஒரு நுனியில் ஆரம்பித்து மறு நுனி வரை அளந்தால் ஓர் அடி தேறும். ஆனால் அதை முழுமையாகப் பார்க்க முடியவில்லை. ராமாயணத் தில் ராமனுடைய அழகை வர்ணிக்கும் ஓர் இடம் வரும். அவனு டைய ஒரு தோளைப் பார்த்தால் அடுத்த தோளைப் பார்க்க முடி யாது. அவ்வளவு அகலமாக இருக்குமாம். இரண்டையும் பார்ப்பதற்கு இன்னும் கொஞ்சம் நீளமான கண்கள் தேவை என்று பாடல் சொல் லும். அவருடைய முழு மீசையையும் பார்ப்பதற்கு நீளமான கண்கள் இல்லையே என்று எனக்குப் பட்டது. பெருங்கவிக்கோவின் முகத்தில் பெரும் சிரிப்பும் இருந்தது. 'வாருங்கள், வாருங்கள்' என்று வர வேற்றேன். அவர் உடம்பு முழுக்க குதூகலம் நிறைந்திருந்ததைக் காண முடிந்தது.

அவரிடம் ஒரேயொரு கேள்விதான் கேட்டேன். 'நீங்கள் ஏன் சினிமாவுக்கு பாட்டு எழுதுவதில்லை?' அந்தச் சின்னக் கேள்விக்கு அவர் சொன்னதுதான் மீதி எல்லாம்.

'ஆரம்பத்தில் என் வாழ்நாள் லட்சியம் சினிமாவுக்கு பாடல் எழுதுவதாகத்தான் இருந்தது. அவரைப் பிடித்து, இவரைப் பிடித்து பைத்தியமாக அலைந்தேன். ஸ்டூடியோ ஸ்டூடியோவாக ஏறி இறங்கினேன். இயக்குநர்களை, அவர்கள் சாப்பிடும்போது சென்று சந்தித்தேன். அவர்கள் கைகள் சோற்றைப் பிசைந்த படி இருக்கும். வாய் மேலும் கீழுமாக அசையும். அதிலே ஒரு தந்திரம் இருந்தது. அப்பொழுதுதான் அவர்கள் எழும்பி ஓடமுடியாது. ஏற்கனவே அனு பவப்பட்டவர்கள் எனக்கு அந்த யுக்தியை சொல்லித் தந்திருந்தார்கள். தயாரிப்பாளர்கள் வீட்டு வாசல்களில் நெடுநேரம் நிற்கப் பழகிக் கொண்டேன். கால்களில் விழாத குறைதான். பாடல் எழுதும் வாய்ப்பு மட்டும் கிடைத்தபாடில்லை.

இறுதியில் நான் எதிர்பார்க்காத சமயம் எங்கேயிருந்தோ ஓர் அழைப்பு அவசரமாக வந்தது. அவரிடம் என் பெயர் எப்படிப் போய்ச் சேர்ந்தது என்பது இன்றுவரை தொடரும் மர்மம். சாண்டோ சின்னப்ப தேவர் எடுக்கும்' துணைவன் 'படத்துக்கு பாடல் எழுத வேண்டும். எத்தனை பெரிய வாய்ப்பு? ஸ்ரீதேவியின் முதல் படம். அதில்தான் ஐந்து வயது ஸ்ரீதேவி முருகன் வேடத்தில் நடித்திருப்பார். கே.பி.சுந்தராம்பாள், ஏ.வி.எம்.ராஜன் ஆகியோர் நடித்தார்கள். தேவர் கதைச் சுருக்கத்தைச் சொல்லி எந்தச் சந்தர்ப்பத்தில், என்ன விதமான பாட்டு, யார் பாடுவது போன்ற விவரங்களைத் தந்தார். நான் அங்கேயே மூன்று பாடல்கள் எழுதிக் கொடுத்தேன். தேவருக்கு பிடித்துவிட்டது. நான் பாடலாசிரியர் ஆகிவிட்டேன்.

அடுத்தநாள் ஒரு செய்தி என்னைத் தேடி வந்தது. கெட்ட செய்திகள் மிக விரைவாகப் பரவிய காலம் அது. அந்த நாட்களில் பிரபலமாயிருந்த ஒரு பாடலாசிரியர் தேவரைப் பார்க்கப் போயிருந் தார். தேவர் என் பாடல்களை அவருக்குக் காட்டினார். 'அவை எடுபடாது' என்று சொல்லி அந்தப் பாடலாசிரியரே வேறு மூன்று பாடல்களை எழுதிக் கொடுத்தார். தேவரும் அவற்றை ஏற்றுக்கொண் டார் எனச் சொன்னார்கள். நான் மறுபடியும் தேவரிடம் ஓடினேன். அவர் நடந்தது உண்மைதான் என ஒப்புக்கொண்டார். நான் என்ன செய்யமுடியும்? காலிலே அணிந்திருந்த செருப்புகளைக் கழற்றி அங்கேயே அந்த இடத்தில் விட்டேன். சிவகாமியின் சபதம், மங்கம்மா சபதம் என்று கேள்விப்பட்டிருப்பீர்கள். நானும் ஒரு சபதம் செய்தேன். 'இனிமேல் சினிமாவுக்கு பாடல் எழுதி அங்கீகாரம் கிடைத்த பின்னர் தான் மறுபடியும் செருப்பு அணிவேன்.'

அதன் பின்னர் காலிலே செருப்பு இல்லாமல் அலைந்தேன். கி.மு, கி.பி என்பதுபோல என் வாழ்க்கையும் செருப்புக்கு முன்னர், செருப்புக்கு பின்னர் என்று ஆனது. மனம் தளராமல் மகிழ்ச்சியாக

வாழ்க்கையை எதிர்கொள்வது என்னுடைய பண்பு. மறுபடியும் ஒரு வாய்ப்பு வந்தது. இளையராஜா என்ற பெயர் கொண்ட இளைஞர். அப்பொழுதெல்லாம் அவர் இசைஞானி ஆகிவிடவில்லை. கொஞ்சம் கொஞ்சமாக பிரபலமாகி வந்தார். நான் பாடல் எழுத அவர் அதற்குத் தகுந்தமாதிரி மெட்டமைத்து அருமையாக பாடலைப் பதிவு செய்தார். அடுத்த நாள் நான் நடுங்கிக்கொண்டிருந்தேன். வேறு ஒரு பாட லாசிரியர் வந்து என் பாடலைத் தட்டிப் பறிக்கவில்லை. ஆனால் பணத் தட்டுப்பாடு காரணமாக தயாரிப்பாளர் படத்தைத் தொடர்ந்து எடுக்கவில்லை. என்னுடைய பாடல் இளையராஜா இசையில் பதிவாகி எங்கேயோ இன்னமும் கிடக்கிறது. சினிமா மட்டும் வெளிவரவே இல்லை.

அப்பொழுதும் நான் முயற்சியை நிறுத்தவில்லை. வெற்றி பெறவேண்டும் என்ற வெறி குறையாமல் மேலும் வேகமாக அலைந்தேன். மறுபடியும் ஒரு வாய்ப்பு வந்தது. படத்தின் பெயர் 'ஞாயிறு திங்கள்.' புதுவிதமான தலைப்பு, புதுவிதமான தயாரிப்பு. என்னை ஒரு ஞாயிறு காலை வந்து தயாரிப்பாளர் பார்க்கச் சொல்லியிருந்தார். நானும் சொன்ன தேதி காலை அவர் வீட்டுக்குச் சென்றேன். அங்கே பெரிய கூட்டம் கூடியிருந்தது. எனக்குப் பயம் வந்துவிட்டது. என்னுடைய விதி எனக்கு முன்னரேயே அங்கே வந்து விட்டதோ என அஞ்சினேன். 'என்ன கூட்டம்?' என்று விசாரித்தேன். தயாரிப்பாளர் அன்று அதிகாலை சற்றும் எதிர்பாராமல் தூக்கத்தி லேயே இறந்துவிட்டார் என்று சொன்னார்கள். ஞாயிறு மரணம், திங்கள் இறுதிச் சடங்கு. 'ஞாயிறு, திங்கள்.' அதுதான் என் முயற்சி யின் கடைசி நாள். செருப்பு என்ன பாவம் செய்தது? எனக்காக ஐந்து வருடங்கள் காத்திருந்தது. அதன் பின்னர்தான் சினிமாவை விட்டு நான் பிரிந்தேன். ஆனால் செருப்பை விட்டுப் பிரியவே இல்லை.'

* * *

அந்த வீட்டுக்கு முன்னே அவர் இரண்டு கைகளையும் இடுப்பில் வைத்தபடி நின்று பார்த்தார். வயது 60–65 இருக்கும். வெண்முடி. கோடைக் காலம் அதன் முடிவை எட்டியிருந்தது. மெல்லிய குளிராடை அணிந்திருந்தார். வீட்டின் தோட்டம் அழகாகப் பராமரிக்கப்பட்டி ருந்தது. இத்தனை ஆர்வமாக தோட்டத்தைப் பார்க்கிறாரே நல்ல ரசனை உடையவர் என்று தோன்றியது. அவரை அங்கே பார்த்த ஞாபகம் இல்லை. பக்கத்து தெருவாக இருக்கலாம். பக்கத்து நகர மாகவும் இருக்க வாய்ப்புண்டு. 'உங்கள் கண்கள் ரசிக்கும் கண்கள்' என்றேன். தோட்டம் அப்படி கண்ணைக் கவரும்படியாகத் தான்

காட்சியளித்தது. கடும் பச்சை புற்கள் அழகாக வெட்டப்பட்டு ஒரு கம்பளம் விரித்திருப்பதுபோல பசுமையாக காட்சி தந்தது. விதம் விதமான பூக்கள் செடிகளில் பூத்துக் குலுங்கின. அவசரமாக நடந்து செல்பவரும் ஒரு கணம் வேகத்தைக் குறைத்து காட்சியை ரசித்து விட்டுத்தான் மேலே செல்வார். என் நினைப்பை உண்மையாக்குவது போல காரிலே போன ஒருத்தர் சற்று நிறுத்தி கையினால் சுற்றும் கார் கண்ணாடியை இறக்கி, தோட்டத்தைப் பார்த்துவிட்டு நகர்ந்தார். நான் சிரித்துவிட்டு, 'பாருங்கள் கண்ணாடியை இறக்கி ரசிக்கிறார்' என்றேன். 'அப்பதானே ரசிப்பு பூரணமாகும். கண்ணாடி இடைஞ்சல் தானே. கவிதைக்கு இரண்டு பக்கம் இருப்பதுபோல தோட்டத்துக்கும் இரண்டு பக்கம் இருக்கலாம் அல்லவா?' என்றார். 'என்ன சொல்கி றீர்கள்?' என்றேன். 'கடித உறையை நக்கினால் அது ருசிப்பதற்கு என்று சிலர் நினைக்கிறார்கள்.' அவர் வேறு எங்கோ பாய்ந்துவிட்டார். 'ஏப்ரலில் கறுப்பு ட்யூலிப், ஜூனில் ரோஜா, ஆகஸ்டில் வாள் வீச்சு கிளாடியோலஸ், அக்டோபரில் மரிகோல்ட். என்ன அழகு? மாறிக் கொண்டே இருக்கும் அற்புதம்' என்றார்.

'நீங்கள் கவியா?' என்று கேட்டேன். அவர் ஆச்சரியப்பட்டார். 'எப்படித் தெரியும்?' 'பூக்களின் அழகை வர்ணிப்பதற்கு கவிதையை உதாரணம் சொன்னீர்கள். கிலாடியோலஸ் பூவை வாள் வீச்சு என்று வர்ணித்தீர்கள். உடனேயே எனக்குப் புரிந்துவிட்டது. எத்தனை நூல் கள் எழுதியுள்ளீர்கள்?' அவர் சொன்னார், 'எட்டு.' 'கவிதை நூல் களா?' 'ஆமாம்.' 'எங்கே வாங்கலாம்?' 'ஓ, பிரசுரித்தால்தான் கவிதை களா? எல்லாம் எழுதி வைத்திருக்கிறேன். இன்னும் பதிப்பிக்கவில்லை. 'என்னுடைய முகம் மாறியதை அவர் கவனித்துவிட்டார். 'கவிதை படைப்பதுதான் முக்கியம். எப்பொழுது வேண்டுமானாலும் அவற் றைப் பதிப்பிக்கலாம்.'

'நீங்கள் கடைசியாக எழுதிய ஒரு கவிதையைச் சொல்லுங்கள்?' என்றேன். 'ஓ, அதற்கு நிறைய ஞாபகசக்தியை சேமிக்க வேண்டும். மனிதன் மகிழ்ச்சிக் கணங்களை நினைவு வைத்துக்கொள்வதில்லை. வேதனையான தருணங்கள்தான் அவன் நினைவு அடுக்குகளில் வாழ்கின்றன. இருபது வருடம் சிறையில் கழித்தவன் சிறைச்சாலையை கடக்கும்போது என்ன நினைப்பான்? மகிழ்வானா அல்லது துக்கமடைவானா? நூறு கவிதைகள் படைத்த ஒருவர் ஒன்றையாவது நினைவில் வைத்திருக்க மாட்டாரா? 'ரோட்டிலே பார்த்த ஒருவரிடம் கேட்கக்கூடாத கேள்வி. ஆனால் அவர் பொருட்படுத்தவில்லை. 'நான் கடைசியாக எழுதிய கவிதை அல்ல. என் ஞாபகத்தில் உள்ள ஒன்றைச் சொல்கிறேன். இளவயதில் சறுக்கு பலகை ஓட்டுவதில் நான் பெரும் திறமை பெற்றிருந்தேன். என் வயதுச் சிறுவர்களை எல்லாம் தோற் கடிப்பேன். கவிதையின் தலைப்பு 'சறுக்குப் பலகை.'

எல்லோருமே பையன்கள்
சிலர் உயரம்; சிலர் கட்டை
சிலர் வயது கூட; சிலர் வயது குறைய
புதிய தந்திரம்
அதுதான் தேவை
காற்று உடலை
அறுத்துப் போகும்
நாங்கள் பறப்போம்
என்னுடைய தந்திரம்
அந்தரத்திலே 180 டிகிரி
திரும்புவது.
எதிராளிப் பையன்கள்
அங்கங்கள்
ஒவ்வொன்றாக உடைந்தன.
திரும்பவும் திரும்பவும்
நான்
திரும்பிக்கொண்டே இருந்தேன்.

இங்கேயும் அங்கேயும் இல்லாமல் 'கவிதை புதிதாக இருக்கிறது' என்று சொன்னேன்.

'நீங்கள் கவிதை எழுதுவீர்களா?' அவர் கேட்டார்.

'அந்தக் குற்றத்தை இன்னும் செய்யவில்லை. செய்தாலும் என் மொழியில்தான் செய்வேன்' என்றேன்.

'உங்கள் மொழி என்ன?'

'மிகப் பழமையான தமிழ் மொழி. 2000 வருடங்களுக்கு முன்னர் பாடப்பட்ட கவிதைகள் கூட இன்னும் வாழ்கின்றன.'

'பத்து வருடம் ஒரு கவிதை உயிர் வாழ்ந்தாலே அது பெரும் வெற்றி என்று எண்ணுகிறோம். 2000 வருடங்களா? நம்புவது கடினம்தான். ஒரு கவிதை சொல்ல முடியுமா?'

நான் ஒரு கவிதையையும் மனனம் செய்தது கிடையாது. ஞாபகத்திலிருந்து பொருளை மட்டும் சொல்கிறேன்.'

என் மகன் எங்கே
என்று கேட்கிறாய்.
எனக்கு என்ன தெரியும்?
புலி இருந்து புறப்பட்ட

குகை போன்ற
என் வயிறு
மட்டும் இருக்கிறது.
மகன் எங்கே இருப்பான்?
போர்க் களத்தில் பார்.

'சோகமான கவிதை' என்றார். 'இந்தக் கவிதையின் சிறப்பே அதுதான். வீரத்தை சொல்லும் கவிதை என்று வாசித்தால் அது வீரத்தைச் சொல்கிறது. சோகத்தைச் சொல்லும் கவிதை என்று பார்த்தால் அதுவும் சரிதான்.'

'நீங்கள் நேற்று இந்த வீட்டைப் பார்த்தபடி நின்றீர்கள். இன்றும் நிற்கிறீர்கள். வேறு வழியில்லை. இதை வாங்கிவிடுங்கள்' என்றேன்

'வாங்குவதா? இது என்னுடைய சொந்த வீடு. கடந்த ஆறுமாதமாக இதை விற்பதற்கு முயன்று வருகிறேன்.'

❖

தங்கத் தாம்பாளம்

ஐம்பதுகள் என் வாழ்க்கையில் முக்கியமான காலகட்டம். இந்த வருடங்கள்தான் என்னை உருவாக்கின. நான் பிற்காலத்தில் என்ன ஆவேன் என்பதை தீர்மானித்த வருடங்கள். அப்போதெல்லாம் அது தெரியவில்லை. இப்பொழுது திரும்பிப் பார்க்கும்போதுதான் அவை துல்லியமாகத் தெரியத் தொடங்குகின்றன.

என் அண்ணர் எங்கள் கிராமமான கொக்குவிலுக்கு கொழும்பி லிருந்து வந்தார். அவர் வந்தால் கொண்டாட்டம்தான். ஆனால் கோபம் வந்தால் கடுமையாக நடந்துகொள்வார். ஐந்து சதத்துக்கு வாங்கிய பராசக்தி வசனப் புத்தகத்தை கொடுத்து பாடமாக்கச் சொன்னார். பாடப் புத்தகங்களை தள்ளி வைத்துவிட்டு மனனம் செய்யத் தொடங்கினேன். நாலு நாட்கள் கழித்து தன் நண்பர்களுடன் வந்து அமர்ந்துகொண்டு வசனத்தை பேசிக்காட்டச் சொன்னார். அவர்கள் கைதட்டி உற்சாகப் படுத்தினார்கள். சில இடங்களில் சிரித்தார்கள். எனக்கு சிவாஜியையும் தெரியாது; கலைஞரையும் தெரியாது. பராசக்தி படம் பார்த்ததும் இல்லை. அந்த வசனங்களில் மயங்கி என்னை பறிகொடுத்தது நினைவிலிருக்கிறது. அதுதான் எனக்கு கலைஞரைப் பற்றிய முதல் அறிமுகம். சில மாதங்கள் கழித்து பராசக்தி படத்தை நான் பார்த்தபோது அதன் கதையோ, இசையோ என்னை ஈர்க்கவில்லை. அந்த வசனங்கள்தான் எனக்கு முக்கியமாகப் பட்டன.

அதிலே ஓர் இடத்தில் 'தங்கத் தாம்பாளம், வைர வைடூரியம்' என்று வரும். அது எங்கே என்பது இப்போது நினைவில் இல்லை. அதை நான் உச்சரித்தபோது வீட்டிலே சிரித்தார்கள். வகுப்பிலும் நண்பர்கள் கேலி செய்தார்கள். என்னை 'தங்கத் தாம்பாளம்' என்று கூப்பிட ஆரம்பித்தனர். அது நெடுநாட்கள் நீடித்தது. கால ஓட்டத்தில் அதுவும் ஒருநாள் நின்றுவிட்டது. இன்றைக்கும் யாராவது தங்கத் தாம்பாளம் என்றால் எனக்கு கலைஞரின் ஞாபகம் வரும்.

பராசக்தி திரைப்படம் வருவதற்கு ஒரு வருடம் முன்னர் யாழ்ப்பாணத்தில் மிகப் பிரம்மாண்டமான தமிழ் விழா நடந்தது. இந்தியாவில் இருந்து சிறந்த பேச்சாளர்களும், எழுத்தாளர்களும்

வந்திருந்தார்கள். ரா.பி. சேதுப்பிள்ளை, கல்கி, பெ.தூரன், கி.ஆ.பெ விசுவநாதம், கி.வா.ஜ இவர்களுடன் தனிநாயக அடிகளும் கலந்து கொண்டதாக ஞாபகம். அறிஞர் அண்ணா வருவதாக பேச்சு அடி பட்டது, ஆனால் அவர் வரவில்லை. அவருடைய புகழ் வேகமாகப் பரவிய காலம் அது. மேடையில் பேசியவர்கள் எல்லாம் 'தாய்நாடு சேய்நாடு' என்று முழங்கினார்கள். தாய்நாடு என்றால் இந்தியா, சேய்நாடு என்றால் இலங்கை. அந்த வயதில் நான் அதை முற்றிலுமாக நம்பினேன். இந்தியா முழுக்க தமிழர்களால் நிரம்பியிருக்கிறது என நான் மட்டுமல்ல மற்றவர்களும் நினைத்தார்கள். இந்தியா மிகப் பெரிய சனத்தொகை கொண்ட தேசம். அதில் 6 விழுக்காடுதான் தமிழர்கள் என்பது பின்னாளில் தெரிய வந்தபோது பெரும் ஏமாற்ற மாக இருந்தது.

1953ஆம் வருடம் மறுபடியும் அண்ணர் கொழும்பில் இருந்து அவசரமாக கிராமத்துக்கு வந்தார். எங்கள் வீட்டுச் சுவரில் நிரையாக மாட்டியிருந்த சாமி படங்களுக்குப் பக்கத்தில் அறிஞர் அண்ணாவின் படத்தையும், கலைஞர் கருணாநிதியின் படத்தையும் மாட்டினார். கல்லக்குடி போராட்டம் முக்கிய கட்டத்தை அடைந்திருந்தது. கருணாநிதி தலைமையில் டால்மியாபுரம் என்ற பெயரைத் திரும்பவும் கல்லக்குடி என மாற்றவேண்டும் என்ற கோரிக்கையை வைத்து நடந்த போராட்டம் அது. அப்பொழுது கருணாநிதிக்கு வயது 29 மட்டுமே. கருணாநிதி ரயில் தண்டவாளத்தில் தலை வைத்து ரயிலை நிறுத்தி னார். தமிழ்நாடு முழுக்க போராட்டம் பரவியது. இருவர் கொல்லப் பட்டனர். 5000 பேர் கைதாகினர். கருணாநிதி 6 மாதம் சிறையில் கழித்தார்.

கருணாநிதியின் புகழ் உச்சத்தை எட்டியது அப்போதுதான். ஓர் இடத்தில் கருணாநிதியிடம் கேட்டார்கள் 'இந்தப் போராட்டத்தில் நீங்கள் ரத்தம் சிந்தி உயிர் இழந்திருந்தால் என்ன நடந்திருக்கும்?' அவர் பதில் கூறினார், 'அறிஞர் அண்ணா என் ரத்தத்தை எடுத்து பெயர்ப் பலகையில் 'கல்லக்குடி' என்று எழுதியிருப்பார். 'இந்த வாசகம் தமிழ் உலகம் எங்கும் பரவியது. எங்கள் வீட்டில் நடந்தது போல இன்னும் பல வீடுகளிலும் கருணாநிதியின் படம் சுவர்களில் ஏறியது. இலங்கை தமிழ் பத்திரிகைகள் அவரை 'தமிழ் காவலர்' என்று அழைத்தன. எல்லோர் உதடுகளிலும் கருணாநிதியின் பெயர் இருந்த அந்தச் சமயம் அவர் யாழ்ப்பாணத்தில் தேர்தலில் நின்று வென்றிருக் கலாம்.

பராசக்தியின் வெற்றியைத் தொடர்ந்து கலைஞரின் வசனத்தில் பல படங்கள் வெளியாயின. இந்தப் பட வசனங்கள் எனக்கு மட்டுமல்ல எங்கள் கிராமத்தில் உள்ள பலருக்கும் மனப்பாடம்.

கோயில் திருவிழாக்களிலும், திருமண வீடுகளிலும் சினிமாப் பாடல்களை ஒலிபெருக்கியில் இரவு பகலாக ஒலிபரப்புவார்கள். முழுக் கிராமமும் அவற்றைக் கேட்டுக் களிக்கும். கலைஞர் வருகைக்குப் பின்னர்தான் வசனங்களை ஒலிபரப்ப ஆரம்பித்தார்கள். கலைஞர் ஒரு புது சகாப்தத்தை உண்டு பண்ணினார். பின்னாட்களில் ஹாம்லெட், ரிச்சார்ட் 3 போன்ற ஆங்கிலப் படங்களில் லோரன்ஸ் ஒலிவியருடைய வசனத்தை கேட்பதற்காக சனங்கள் அவர் படங்களை அடித்துப் பிடித்துப் பார்த்தனர். ஆனால் கலைஞரின் வசனங்கள் ஏற்படுத்திய தாக்கத்தை வேறு எந்த நாட்டிலும் காணமுடியாது. இப்பொழுது யோசித்துப் பார்க்கும்போது உலகத்திலேயே எந்த மொழியிலும் சினிமா மூலம் இப்படியான ஓர் எழுச்சி உண்டாகியிருக்கவில்லை என்பது தெரியவரும்.

கலைஞரின் அடுக்குமொழி அனைவரையும் வெறிகொள்ள வைத்தது. ஒருமுறை பள்ளிக்கூடத்தில் அடுக்குமொழியில் ஒரு கட்டுரை எழுதி ஆசிரியரிடம் சமர்ப்பித்தேன். வாத்தியார் சொன்னார். 'அடுக்குமொழி உனக்கு நல்லாய்த்தான் வருகிறது. ஆனால் சில வார்த்தைகளை நீ அடுக்கு மொழிக்காக தேர்வு செய்வதால் அவை உன் சிந்தனையைத் திருப்பிவிடுகிறது. வார்த்தைகள் உன் சிந்தனையைச் சொல்லப் பயன்படவேண்டும். அவை உன் சிந்தனையைத் தீர்மானிக்கக்கூடாது. நீ அடுக்கு மொழிக்கு இன்னும் தயாராகவில்லை.' அப்பொழுதுதான் எனக்கு கலைஞரின் சிந்தனைத் தெளிவும், தமிழ் ஆற்றலும் சற்று புரிய ஆரம்பித்தது.

அதன் பின்னர் கலைஞரின் வளர்ச்சி பிரமிக்க வைப்பதாக இருந்தது. 33 வயதில் சட்டமன்றத் தேர்தலில் வெற்றிபெற்றார். பத்து வருடம் கழித்து மந்திரிப் பதவி கிடைத்தது. 45வது வயதில் முதலமைச்சர் ஆகிறார். 60 வருடங்கள் சட்ட மன்ற உறுப்பினர்; 50 வருட தி.மு.க தலைவர்; 14 வயதில் தொடங்கி 94வது வயது வரைக்கும், 80 வருடங்களாக தொடர்ந்த பொதுவாழ்க்கை. எத்தனை மகத்தான சாதனை.

கலைஞரின் வாழ்க்கையைத் தொடர்ந்து அவதானிப்பது நான் வெளிநாடு போன பின்னர் கடினமாகிவிட்டது. பல வருடங்களுக்குப் பிறகு நான் மறுபடியும் எழுதத் தொடங்கினேன். 20 வருடங்கள் ஒன்றுமே எழுதவில்லை. என்னுடைய சிறுகதைத் தொகுதியான 'வம்சவிருத்தி' 1996இல் வெளியாகி அதற்கு தமிழ்நாடு அரசு விருது கிடைத்தது. நான் வேலை விசயமாக அலைந்து கொண்டிருந்த நாட்கள் அவை. பதிப்பாளர் எழுதினார், 'நிச்சயம் வாருங்கள். முதலமைச்சர் கலைஞர் மு.கருணாநிதியின் கையால் விருது பெறும் வாய்ப்பு உங்களுக்கு கிடைத்திருக்கிறது. 'நான் ஆப்கானிஸ்தானில்

எங்கோ இருந்தேன். கலைஞரின் எழுத்தாலும், பேச்சாலும் மொழி யாலும் கவரப்பட்ட நான் அவரிடம் இருந்து பரிசு பெறும் வாய்ப்பை இழந்தது துயரமானது.

ஈழப் போரின்போது அவர் ஆதரவு ஈழமக்கள் மீதுதான் இருந்தது. ஒரு மாநிலத்தின் முதலமைச்சராக என்னென்ன உதவிகள் செய்ய முடியுமோ அத்தனையும் செய்தார். ஆனால் அவை ஈழப் பிரச்சினையை தீர்க்கப் போதுமானதாக இல்லை. சென்னையில் தோழர் பத்மநாபா கொலைக்குப் பின்னர் கலைஞரின் ஆட்சி கலைக் கப்பட்டது. அவருக்கு அது தண்டனை என்றுதான் கொள்ள வேண்டும். அவர் மறுபடியும் ஆட்சிக்கு வர 13 வருடங்கள் பிடித்தன. ஈழ மக்களின் அவலத்துக்கு கரிசனை காட்டியதற்கு அவர் கொடுத்த விலை அது. இந்திய அமைதிப் படை இலங்கை சென்றதை தொடர்ந்து எதிர்த்தார். ராணுவம் சென்னைக்குத் திரும்பியபோது அவர் வரவேற்கவில்லை என நிறைய கண்டனங்களை அவர் சந்திக்க வேண்டி நேர்ந்தது. அவர் பொருட்படுத்தவில்லை. கல்லக்குடியில் ஆரம்பித்த அவருடைய போராட்ட குணம் இறுதிவரை தொடர்ந்தது.

அவர் எழுதி வெளிவந்த 'உளியின் ஓசை' திரைப்படத்தை நான் இருமுறை பார்த்தேன். முதலாவது அவருடைய வசனத்தை ரசிப்பதற் காக. இரண்டாவது, இந்தத் திரைப்படத்தில் ஈழத்துப் பெண்ணான தான்யா முதல் முதலாக இசைஞானி இளையராஜாவின் இசையில் 'கல்லாய் இருந்தேன், சிலையாய் ஏன் வடித்தாய்' என்ற பாடலைப் பாடியிருந்தார். அருமையான இசை, அருமையான பாடல். எனக்கு இரட்டிப்பு மகிழ்ச்சி தந்த படம் அது. அந்தப் பெண்ணை நான் நேர் காணல் செய்து எழுதினேன். கலைஞர் கடைசியாக கதை வசனம் எழுதிய திரைப்படம் 'பொன்னர் சங்கர்'. இந்தப் படத்திலும் எனக் கொரு தொடர்பு இருந்தது. பிரெண்டா பெக் என்ற ரொறொன்ரோ பெண்மணி 50 வருடங்களுக்கு முன்னர் அவருடைய 19வது வயதில் தமிழ்நாட்டில் ஓலைப்பாளையம் கிராமத்துக்குச் சென்று 500 வருடங் கள் பழமையான 'அண்ணன்மார் கதை' பற்றி ஆராய்ச்சி செய்து மானுடவியலில் முனைவர் பட்டம் பெற்றிருந்தார். கிராமத்தில் 19 நாட்கள் அந்தக் கதை சொல்லப்பட்டது. அதைச் சொன்னவர்களுக்கு எழுத வாசிக்கத் தெரியாது. 500 வருடங்கள் வாய் வார்த்தையாக வந்த சரிதத்தை பிரெண்டா முதல் முறையாக ஒலிப்பதிவு செய்தார். கிராம மக்கள் முதன்முதல் பார்த்த ரேப் ரிக்கார்டர் அது. அதற்கு பொட்டு வைத்து, சூடம் காட்டி, பூஜை செய்தனராம். அந்தப் பதிவுதான் 'அண்ணன்மார் கதைக்கு' இன்று இருக்கும் ஒரே சாட்சி. கலைஞர் பிரெண்டாவை பாராட்டி அவரை உலகத் தமிழ் செம் மொழி மாநாட்டுக்கு அழைத்திருந்தார். பிரெண்டாவை நான் நேர்

காணல் செய்து உயிர்மை பத்திரிகையில் எழுதியிருந்தேன். அண்ணன் மார் கதை 'பொன்னர் சங்கர்' தலைப்பில் கலைஞரின் கதை வசனத்தில் வெளிவந்தது எனக்கு அதி மகிழ்ச்சியை கொடுத்தது. பலதடவை 'பொன்னர் சங்கர்' படத்தை பிரெண்டா பார்த்தார். நானும் பார்த்து மகிழ்ந்தேன்.

சமீபத்தில் தமிழ்நாட்டுக்கு சுற்றுலா போன கனடியர் ஒருவர் சுற்றுலா ஏற்பாடு செய்தவரை திட்டினார். தஞ்சை பெரிய கோயில், மகாபலிபுரம், மெரீனா, வேளாங்கண்ணி என்று பல இடங்களுக்கு கூட்டிப் போனவர் கன்னியாகுமரியில் உள்ள திருவள்ளுவர் சிலைக்கு தன்னை அழைத்துப் போகாமல் ஏமாற்றிவிட்டதாக ஆதங்கப்பட்டார். அமெரிக்காவில் சுதந்திரச் சிலைபோல, கனடாவில் சி.என் கோபுரம் போல, பிரான்ஸில் ஈஃபல் கோபுரம் போல தமிழ்நாட்டின் அடையாளமாக வள்ளுவர் சிலை மாறிவிட்டது. வள்ளுவர் சிலை நிறுவவேண்டும் என்ற தீர்மானம் 1975இல் கருணாநிதி அரசால் நிறைவேற்றப்பட்டது. 25 வருடங்களுக்குப் பின்னர்தான் அது கைகூடியது. புத்தாயிரம் தொடக்கத்தில் அய்யன் வள்ளுவர் சிலையை அன்றைய முதல்வரான கலைஞர் கருணாநிதி திறந்து வைத்தார். திருக்குறளின் 133 அதிகாரத்தை நினைவூட்ட 133 அடி உயரத்தில் சிலை வடிக்கப் பட்டிருந்தது அதன் பெருமை. கலைஞருடைய இலக்கிய வாழ்க்கையில் இது முக்கியமான நிகழ்வு. பல நூற்றாண்டுகள் கழித்தும் தமிழின் பெருமையைச் சொல்வதோடு அந்தச் சிலை கருணாநிதியின் புகழையும் பறைசாற்றும். தமிழ்நாட்டின் அடையாளமாக நிலைத்து நிற்கும்.

கலைஞரிடம் எனக்குப் பிடித்த இன்னொரு அம்சம் அவரது சிலேடை, சாதுர்யமான பதிலடி மற்றும் நகைச்சுவை. இவற்றை ஆரம்பத்திலிருந்து தொடர்ந்து அவதானித்து வருகிறேன். ஒரு முறை கூட்டமொன்றில் இவருக்கு ஆளுயர மாலை அணிவித்தார்கள். கலைஞர் சொன்னார். 'ஆள் உயர மாலை; ஆளுயர மாலை.' ஈழப் போர் சமயம் புலமைப்பித்தன் உணர்ச்சி வசப்பட்டு 'கலைஞரே, எனக்கொரு துப்பாக்கி கொடுங்கள்' என்று கேட்டார். கலைஞர் வேறு ஏதாவது பாக்கி இருந்தால் கேளுங்கள். துப்பாக்கி மட்டும் வேண்டாம்' என்று பதிலிறுத்தார். இன்னொரு சமயம் சட்டமன்றத்தில் ஒருவர் 'கூவம் ஆற்றில் முதலைகள் இருப்பதாக செய்திகள் வருகின்றன' என்றார். கலைஞர் 'ஏற்கனவே ஒரு கோடிக்கு மேலான முதலை அல்லவா ஆற்றிலே போட்டிருக்கிறோம்' என்று சபையின் ஆரவாரத்துக்கிடையே பதில் கூறினார் என்று சொல்வார்கள்.

கலைஞர் காலை ஐந்து மணிக்கே எழும்பி அன்றன்றைய பத்திரிகைகள் படித்துவிடுவார். ஒரு முறை அதிகாலை ஆனந்த விகடனைப் படித்துவிட்டு கலைஞர் விவேக்கை பாராட்டியிருந்ததை

அ.முத்துலிங்கம் ◆43

விவேக் ஓர் இடத்தில் சொல்லியிருப்பார். அதுபோல ஹார்வர்ட் தமிழ் இருக்கை பற்றி நான் ஒருமுறை விகடனில் எழுதியிருந்தேன். அடுத்தநாள் காலையில் சன் தொலைக்காட்சியில் செய்தி வந்தது. ஹார்வார்ட் தமிழ் இருக்கையை கலைஞர் ஆதரிப்பதாக. பின்னர் கட்சி சார்பாக பெரு நிதி வழங்கப்பட்டதும் சரித்திரம்.

கலைஞரின் பெருமைகளை நிறையச் சொல்லிக்கொண்டே போகலாம். தமிழ் மொழிக்கு செம்மொழி தகுதி கிடைக்கவேண்டு மென பலர் போராடினார்கள். இறுதியில் கலைஞரின் பெருமுயற்சி யால் அது 2004ஆம் ஆண்டு சாத்தியமானது. அதைத் தொடர்ந்து முதன்முறையா 9வது தமிழ் செம்மொழி மாநாட்டை அறிவித்து அதை கோவையில் 2010இல் சிறப்பாக நடத்தினார். அத்துடன் தமிழ் இணைய மாநாட்டையும் சேர்த்து நடத்த உதவினார். இதற்கு எதிர்ப்பு இல்லாமல் இல்லை. எனினும் 49 நாடுகளில் இருந்து 536 தமிழறிஞர்கள் உற்சாகமாகக் கலந்துகொண்டார்கள். மாநாட்டின் இலச்சினை 'பிறப்பொக்கும் எல்லா உயிர்க்கும்' என்று இருந்தது உலக மக்களைக் கவர்ந்தது.

பல சாதனைகளைப் பட்டியலிடலாம். மெட்ராஸ் என்ற பெயரை நீக்கி சென்னை என மாற்றியது. 1942இல் துண்டறிக் கையாகத் தொடங்கி பின்னர் அதை முரசொலி பத்திரிகையாக மாற்றி 75 வருடம் நடத்தி பவளவிழா கொண்டாடியது. மனோன்மணியம் சுந்தரனார் பாடலை தமிழ்த்தாய் வாழ்த்தாக அங்கீகரித்தது. திருநங்கை எனப் பெயர்சூட்டி அவர்களுக்கு சமுதாயத்தில் கௌரவம் வழங்கி யது. சர்வதேசத் தரத்தில் பேரறிஞர் அண்ணா நூற்றாண்டு நூலகம் அமைத்தது. இன்றும் எங்கள் கிராமத்துக்குச் சென்றால் தனசேகரன், ஞானசேகரன், குணசேகரன் என்ற பெயர்களைக் காணலாம். பராசக்தியில் ஆரம்பித்து வைத்த விசை 60 வருடமாகத் தொடர்கிறது. இப்படியான தகைமை சாதாரணமான ஒருவருக்குக் கிடைப்பதில்லை. இன்றைக்கும் தங்கத் தாம்பாளம் என்று யாராவது சொன்னால் என் மனதில் முதல் தெரிவது கலைஞரின் உருவமே. அவர் புகழ் மங்காது என்றென்றும் ஒளிவீசும்.

❖

அன்றன்றைக்கு உரிய அப்பம்

2018 யூன் மாதத்து காலை நேரம். ரொறொன்ரோ விமான நிலையம் பரபரப்பாக இயங்கிக்கொண்டு இருந்தது. நான் பூச்செண்டு டன் காத்திருந்தேன். சரியாக 10 மணிக்கு விமானம் தரை இறங்கி விட்டது என அறிவிப்புத் திரை சொன்னது. நேரம் 11ஐ தாண்டி விட்டது. நான் பக்கத்தில் நின்ற நண்பர் செல்வத்தை பார்க்கிறேன். அவரும் பார்க்கிறார். ஒவ்வொரு வருடமும் இருவரும் விமான நிலை யத்துக்கு வருவோம். இம்முறை கனடா தமிழ் இலக்கியத் தோட்டத் தின் வாழ்நாள் சாதனை இயல் விருதினைப் பெற எழுத்தாளரும், கவிஞருமான வண்ணதாசன் வருகிறார். அவருக்காகக் காத்திருந்தோம்.

பத்திரிகைகளில் அடிக்கடி காணப்பட்ட அவர் முகத்தின் சாயலோடு யாராவது வருகிறார்களா என நான் வெளியே வரும் பயணிகளை உற்றுப் பார்த்தேன். எல்லோரும் வருகிறார்கள்; வண்ண தாசனை மட்டும் காணவில்லை. ஒருவேளை ஏற்கனவே வந்து வெளியே போய்விட்டாரா? ஒருவர் வருகிறார். அவர் தள்ளும் வண்டி லில் ஒரேயொரு பெட்டி இருக்கிறது. வண்ணதாசனின் சாடையான முகம். தயங்கித் தயங்கி இருபக்கமும் பார்த்தபடி வருகிறார். நான் விரைந்து சென்று அவர் முன்னே நின்றேன். அவர் கனடாவில் புழங்காத மொழியில் ஏதோ கேட்டார். பின்னர் எரிச்சலுடன் திரும்பி மறுபக்கமாகச் சென்றார். நிச்சயம் அவர் வண்ணதாசன் இல்லை.

இரண்டு மணி நேரம் கடந்துவிட்டது. பூச்செண்டு வாடி வேறு பூவாக மாறிவிட்டது. நிமிர்ந்து நின்ற பூ குனிந்து நின்றது. மறுபடியும் பூக்கடைக்காரியிடம் சென்று புதுப் பூச்செண்டு வாங்கிக் கொண்டேன். நினைவில் நிற்கும் முகத்துடன் ஒவ்வொரு முகமாக ஒப்பிட்டுப் பார்க்கிறேன். கடைசியில், அத்தனை எச்சரிக்கையுடன் நின்றும், என்னை முதலில் பார்த்தது அவர்தான். பூங்கொத்தை நீட்டி நானும் செல்வமும் அவரை வரவேற்றோம்.

வண்ணதாசன் கனடாவில் ஆறு நாட்கள் தங்கினார். எப்பொழு தும் குளிர் மீதமிருக்கும் கனடாவில் அந்த ஆறு நாட்களும் வெய்யில் எறித்தது வியப்புத்தான். ஒவ்வொரு நாளும் காலையில் அன்று இரவு கண்ட கனவை என்னிடம் பகிர்ந்து கொள்வார். அவருடைய கனவு

கள் கவிதைகளாகவும், சிறுகதைகளாகவும் முழு உருவத்திலேயே கிடைக்கும். மற்ற எழுத்தாளர்கள்போல சிறுகதைகளையோ, கவிதை களையோ, கட்டுரைகளையோ அவர் திரும்பத் திரும்ப திருத்துவது கிடையாது. எந்த உருவத்தில் அவை வெளியே வருகின்றனவோ அது தான் அவருக்கு இறுதி வடிவம். ஒரு முறை அவர் இப்படி எழுதினார் என ஞாபகம். 'கனவில் வரும் யானை நீண்ட நாட்களுக்குப் பிறகு வந்தது. பல வருடங்கள் கழிந்துவிட்டதால் என்னுடைய வயது கூடி விட்டது. ஆச்சரியம் என்னவென்றால் கனவில் வந்த யானையும் உருவத்தில் அதிகரித்து காணப்பட்டது.'

இயல் விருது விழா அன்றும் அவர் பேசியது இயல்பாக, அந்த நிமிடம் யோசித்துப் பேசியது போலவே அமைந்தது. அவர் நயாகரா காட்சியை விவரித்தார். அன்று சபையில் இருந்த அத்தனை பேரும் ஏற்கனவே நயாகராவைப் பலதடவை பார்த்தவர்கள்தான். ஆனாலும் அவர் விவரித்த நயாகரா வேறு. ஒரு கவிஞன் கண்ட காட்சியாகவே அது விரிந்தது. நயாகராவையும் அதன் மேல் பறந்த ஒரு பறவை யையும் அவர் மாறி மாறிப் பார்க்கிறார். நயாகரா அளவுக்கு பிரம் மாண்டமானதாக அந்தச் சிறிய பறவையும் அவர் வர்ணனையில் மாறிவிடுகிறது.

நான் எழுத்தாளர் சுஜாதாவை இரண்டு தடவை சந்தித்திருக் கிறேன். ஒவ்வொரு முறையும் அவர் வண்ணதாசனுடைய சிறு கதையை சிலாகித்துச் சொல்லுவார். நான் வண்ணதாசனை ஏற்கனவே படித்துத்தான் இருந்தேன். பல வருடங்களுக்கு முன்னர் படித்த ஒரு சிறுகதை. பஸ் நிலையத்தில் ஒரு மாணவி பேருந்துக்காக காத்து நிற்கிறாள். அன்று அவளுக்குப் பரீட்சை. அவளுடைய பஸ் வரவில்லை. ஆகவே பதற்றமாகிறாள். ஒரு பெரியவர் அவளிடம் கதை கொடுக்கிறார். அவள் குடும்பத்தை பற்றி கரிசனையுடன் விசாரிக் கிறார். பின்னர் அவருடைய பஸ் வந்ததும் அதில் ஏறிப் போய்விடு கிறார். ரோட்டுக்கு எதிர்ப்பக்கம் ஒரு கடை. அந்தக் கடைக்காரர் மாணவியிடம் வருகிறார். 'நீ ஒரு பெரியவருடன் பேசினாயே. அவர் யார் என்று உனக்குத் தெரியுமா?' என்று கேட்கிறார். அவள் 'தெரியாது' என்கிறாள். 'அவர்தான் உன் அப்பாவை கொலை செய்தவர். இப்பொழுது ஜெயிலில் இருந்து வெளியே வந்துவிட்டார்.' கதை முடிகிறது. மறக்கமுடியாத அந்தக் கதை பற்றியும் சுஜாதாவுடன் பேசியிருக்கிறேன்.

வண்ணதாசன் நயாகராவுக்கு அடுத்தபடியாகப் பார்க்க விரும்பியது ரொறொன்ரோவின் பிரபலமான அருங்காட்சியகம்தான். ஓவியத்தில் அவருக்கு நல்ல ஈடுபாடு உண்டு. எழுத்தாளர் ஜெய மோகன் பரிந்துரை செய்ததால் அதைக் கட்டாயம் பார்க்கவேண்டும்

என்று சொன்னார். ஒருநாள் முழுக்க அதைப் பார்த்தார். அன்றைய கூட்டத்தில் பேசும்போது ‘அருங்காட்சியகத்தில் அருமையான ஓவியங் கள் எல்லாம் பார்த்தேன். ஆனால் கனடாவில் பிரபலமான மேப்பிள் இலையை என்னால் பார்க்க முடியவில்லை. பல மணிநேரம் அண்ணாந்து மேப்பிள் மரங்களைத் தேடினேன். அவை என் கண்ணில் படவே இல்லை’ என துயரத்துடன் கூறினார்.

கூட்டம் முடிந்த பின்னர் அவரை நண்பர்கள் சூழ்ந்துகொண்டு கேள்விகள் கேட்டார்கள். மேப்பிள் இலைபற்றி விளக்கம் சொன் னார்கள். ‘மேப்பிள் இலையின் இயற்கை நிறம் பச்சைதான். அக்டோபர், நவம்பர் மாதங்களில் அதன் நிறம் மாறத்தொடங்கும். பழுப்பாகவும், செம்பழுப்பாகவும், சிவப்பாகவும் மாறும். தீச்சுவாலை பரவி காடு எரிவதுபோல தகதகவென்றிருக்கும். அந்த அழகைக் காண சுற்றுலாப் பயணிகள் உலகின் பல பாகங்களிலும் இருந்து வந்து குவி வார்கள். நீங்கள் அந்த இயற்கையின் மாபெரும் விளையாட்டைக் காண மறுபடியும் அக்டோபர் மாதம் வரவேண்டும்’ என வேண்டு கோள் வைத்தார்கள்.

அவர் பயணம் புறப்படும் நாள் வந்தது. அவரிடம் விடைபெற அவர் தங்கியிருந்த ஹொட்டலுக்குச் சென்றேன். வண்ணதாசன் அவருடைய கதைகளில் கடைசி பாராவில் ஒரு திருப்பம் வைத்திருப் பார். அதுபோல எனக்கும் ஒரு திருப்பம் வைத்திருந்தார். அவர் எழுதிய புத்தகத்தின் பெயரைச் சொல்லி அதை நான் படித்திருக் கிறேனா என்று கேட்டார். ‘சின்ன விஷயங்களின் மனிதன்’ என்ற கட்டுரைத் தொகுப்பு அது. ‘இல்லையே’ என்று சொன்னேன். ‘அதை உங்களுக்குத்தான் சமர்ப்பித்திருக்கிறேன்’ என்றார். ‘அப்படியா?’ எனக்கு வேறு வார்த்தை வரவில்லை. ‘இதை 2014ஆம் ஆண்டு எழுதி வெளியிட்டிருந்தேன். உங்களுக்கு அனுப்ப முடியவில்லை. இப் பொழுதுதான் நேரிலே தருவதற்கு சந்தர்ப்பம் வாய்த்தது’ என சொல்லியபடியே நூலை நீட்டினார். நான் புத்தகத்தைத் திறந்து அவர் எழுதியிருந்த சமர்ப்பணத்தை நின்றபடியே வாசித்தேன்.

‘புனைவுகளாலும், அதைவிடக் கூடுதலாகத் தன்னுடைய அபுனைவுகளாலும் நவீன தமிழுக்குத் தொடர்ந்த பங்களிப்பை அளித்துவருகிற திரு அ.முத்துலிங்கம் அவர்களின் கையில் இந்த தொகுப்பைக் கனிவுடன் சேர்க்கிறேன்.’

நான் அவரைப் பல வருடங்களாக அறிந்திருந்தேன். அவருடைய கட்டுரைகளையும் சிறுகதைகளையும், கவிதைகளையும் அவ்வப்போது படித்து ரசித்திருக்கிறேன். ஒருபோதும் அவருக்கு ஒரு கடிதம் எழுதலாம் என்று தோன்றவில்லை. தொலைபேசியில் பேசியிருக்

கலாம், அதையும் செய்யவில்லை. அவராவது என்னைத் தொடர்பு கொண்டிருக்கலாம். அவரும் செய்யவில்லை. பெரிய குற்றம் செய்தவன்போல நான் நின்றேன். மனம் நெகிழ்ந்துபோய் கிடந்தது.

'புறப்படுகிறேன்' என்று என் கைகளைப் பற்றிக்கொண்டார். பெங்களூரில் அவர் மகள் வசிக்கும் அடுக்ககத்து புறா ஒன்று உதிர்த்த இறகை மிகக் கவனமாக எனக்காக எடுத்து வந்திருந்தார். அவர் ஞாபகமாக அதை என் கைகளில் கொடுத்தார். இதை எழுதும்போது 13,000 கி.மீட்டர் பயணம் செய்து வந்த இறகு எனக்கு முன் இருக்கிறது. என் வீட்டு மேப்பிள் மரத்தில் நான் ஒடித்து வந்த பச்சை நிற மேப்பிள் இலை ஒன்றை என் ஞாபகமாக அவருக்குத் தந்தேன். அவர் அதைப் பெற்று தன் பயணப்பெட்டியில் பத்திரப்படுத்தினார்.

அன்றன்றைக்கு உரிய அப்பம் அன்றன்றைக்கு கிடைக்க வேண்டும். 2014ஆம் ஆண்டு கிடைக்க வேண்டியது 2018ல் கிடைத்திருக்கிறது. நாலு வருட தாமதம். அதனால் என்ன? நாலு மடங்கு அதிக இனிப்பாக அல்லவா இருந்தது.

❖

எடிசன் 1891

சைமன் ரிச்
தமிழில் : அ.முத்துலிங்கம்

'தொந்தரவுக்கு மன்னிக்கவும்,' ஜெட் முனகினான். 'நான் மறுபடியும் ஏதோ குழப்பிவிட்டேன் என்று நினைக்கிறேன்.'

தோமஸ் அல்வா எடிசன் கண்களைச் சுருக்கி அந்தப் பையனைப் பார்த்தார். ஜெட்டுக்கு மூளை கிடையாது என்ற விசயம் சிலகாலமாக அவருக்குத் தெரியும். ஆனால் சமீபத்தில்தான் இந்தப் பையன் உண்மையான முட்டாள்தான் என்று சந்தேகப்படத் துவங்கி யிருந்தார்.

'இப்பொழுது மீண்டும் என்ன?' எடிசன் முணுமுணுத்தார்.

'நீங்கள் ஐந்து சென்டிலிட்டர் கலக்கச் சொன்னீர்களா?'

'இல்லை, ஐந்து மில்லி லிட்டர்.'

பக்கத்தில் இருந்த கண்ணாடிக் குடுவை கூர்மையான கண் ணாடித் துண்டுகளைச் சிதறியடித்தபடி வெடித்தது.

'மன்னிக்கவும்' ஜெட் குழைந்தான்.

எடிசன் துடிக்கும் நெற்றியைத் தேய்த்தார். அவர் உள்ளூர் பையன் ஒருவனை ஆய்வுக்கூடத்தில் கூடமாட உதவி செய்வதற்காக சேர்த்திருந்தார். ஆனால் ஒரு சின்ன வேலையைக்கூட சரியாகச் செய்ய அவனுக்குப் புத்தி எட்டவில்லை. விஞ்ஞானத்துக்கு இந்தப் பையன் ஏதாவது பங்களிக்க விரும்பினால் அவனுடைய சிறந்த கொடை அவன் மூளைதான். அதை வெட்டி ஆராய்ந்தால் ஒரு மூட னின் மூளை எப்படி செயல்படுகிறது என்ற உண்மை விஞ்ஞானி களுக்கு கிடைக்கும். அவனால் வேறு ஒரு பயனும் இல்லை.

சிலவேளை ஒரு பிரயோசனம் இருக்கலாம்.

* * *

'நான் என்ன செய்யவேண்டும்?' ஜெட் கேட்டான்.

‘நீ சும்மா நில். இதோ, இந்த இடத்தில்’ எடிசன் சொன்னார்.

உலோகத்தாலும், கண்ணாடியாலும் உருவாக்கப்பட்ட சதுரமான ஒரு கருவியின் முன்னால் பையனை நிறுத்தினார்.

அவர் சொன்னார், ‘ஓகே, அக்சன்.’

‘என்ன?’ பையன் திருதிருவென முழித்தான்.

‘ஏதாவது செய். உன் உடம்பை சும்மா ஆட்டு.’

‘என்ன மாதிரி?’

‘எதுவென்றாலும் பரவாயில்லை.’

எடிசனுக்கு பொறுமையைக் கடைப்பிடிப்பது கடினமான ஒன்றாக மாறிக்கொண்டு வந்தது.’

‘இதோ’ பையனிடம் இரண்டு நீள்சதுரமான தடிகளைக் கொடுத்தார். ‘இவற்றை சும்மா உன்னைச் சுற்றி சுழட்டு.’

தடிகளைப் பெற்றுக்கொண்டு ஜெட் தன் தலைக்கு மேல் அவற்றை இங்குமங்கும் வீசினான். அதைப் பார்க்க கொஞ்சம் பரிதாபமாகத்தான் இருந்தது. ஆனால் அது இப்போது முக்கியமில்லை. எடிசன் தன்னுடைய மகத்துவமான கினெட்டோகிராஃப் கண்டுபிடிப்பை உலகத்திற்கு காட்டவேண்டும்.

அதிவேகமாக மூடித் திறக்கும் காமிராக் கண்கள் வழியாக அவரால் உயிருள்ள புகைப்படங்களைப் படைக்க முடியும். அதாவது நகரும் படங்கள். அவர் கண்டுபிடித்த பாட்டுப் பெட்டி அவருக்கு புகழைத் தேடித் தந்தது. மின்சார பல்ப் பணத்தைக் குவித்தது. ஆனால் இந்தக் கருவி அவருக்கு சாகாவரம் தரக்கூடியது. அவர் பெயரை நிரந்தரமாக நிலைக்கச் செய்யும். இது, அவருக்குத் தெரியும், உலகத்தை என்றென்றைக்குமாக மாற்றிவிடும்.

* * *

தன்னுடைய திரைப்படத்துக்கு எடிசன் கொஞ்சம் கேலி தொனிக்கும் விதமாக சூட்டிய பெயர் ‘நியூவார்க் விளையாட்டு வீரன்.’ மக்களுக்கு அது பிடிக்கும் என்பது அவர் எதிர்பார்த்ததுதான். அவருடைய ஆய்வுக்கூடத்தில் முதல்தடவையாக அதை வெளியுலகத்துக்குக் காட்டியபோது கிடைத்த எதிர்வினை அவர் கனவிலும் நினைத்திராத ஒன்று. அவர் அழைப்பை ஏற்று வந்திருந்த பத்திரிகை நிருபர்கள் எழுந்து நின்று கைதட்டி ஆரவாரித்தார்கள். சிறுவர்களைப் போல சத்தமிட்டு சிரித்து கும்மாளமிட்டனர்.

எடிசன் சொடக்குப்போட்டதும் அவரிடம் சுருட்டை நீட்டுவதற்கு ஜெட் ஓடி வந்தான். ‘கேள்விகள் ஏதாவது உண்டா?’ எடிசன்

நிருபர்களைப் பார்த்துக் கேட்டார். அவர்கள் கூச்சலிடத் தொடங்கினார்கள். 'இதோ, இவன்தான் நியூவார்க் விளையாட்டு வீரன்.' ஒருவர் ஜெட்டைச் சுட்டிக்காட்டி கத்தினார்.

எடிசன் ஜெட்டை திரும்பிப் பார்த்தார். அவன் அத்தனை பேரின் கவனமும் தன்மேல் விழுந்ததைக் கண்டு ஆச்சரியப்பட்டு இளித்தபடி நின்றான்.

'ஆம், உண்மை. இவனைத்தான் நான் என்னுடைய கண்டு பிடிப்பை காட்டுவதற்காகப் பயன்படுத்தினேன். ஏதாவது கேள்விகள்?'

நிருபர் ஒருவர் கையை தூக்கினார். 'இந்தப் பையனிடம் ஒரு கேள்வி கேட்கலாமா?'

எடிசன் திணறிப்போனார். ஆனாலும் அந்த நூதனமான வேண்டுகோளினால் பெரிதாக ஆபத்து ஒன்றும் இல்லை என்று பட்டது.

'அதற்கென்ன, பிரச்சினை இல்லை' என்றார்.

நிருபர் வெட்கத்துடனும் பதற்றத்துடனும் ஜெட் பக்கம் திரும்பினார்.

'ஆ, இது சிலிர்ப்பூட்டுகிறது. முதலில் நான் சொல்ல விரும்புவது உங்கள் திரைப்படம் என்னை கிறங்கடித்துவிட்டது என்பதைத்தான்.'

சுருட்டுப் புகைத்தபடி நின்ற எடிசனுக்கு ஒரு கணம் மூச்சு நின்று விட்டது. அது ஜெட்டுடைய திரைப்படம் அல்ல; அவருடையது. கணத்துக்கு கணம் அதிகரிக்கும் எரிச்சலுடன் அந்த நிருபரின் பிதற்றல் களை செவிமடுத்தார்.

'நாங்கள் எல்லோரும் கேட்க விரும்பும் கேள்வி என்னவென்றால் எப்படி உங்கள் பாத்திர நடிப்புக்கு வேண்டிய தயாரிப்புகளை செய்தீர் கள்?'

பையன் தோள்களை அசைத்தான். 'பெரிதாக ஒன்றுமில்லை. சும்மா காமிராவுக்கு முன் நின்றதுதான் நான் செய்தது.'

நிருபர் தலையை ஆட்டினார். 'அப்படியே உங்களுக்கு அமைந் தது. நான் விளையாட்டுவீரனாக மாறவேண்டும் என நினைத்தீர்கள். அப்படியே ஆனது.'

மறுபடியும் ஜெட் தோள்களை ஆட்டினான். 'அப்படித்தான் நினைக்கிறேன்.'

'ஓ, ஓ' நிருபர் ஆச்சரியத்துடன் தலையை ஆட்டினார். 'ஓ கடவுளே.'

'ஒகே.' எடிசன் பவ்வியமாக இடைமறித்தார். 'அது நல்ல கேளிக்கைதான். எனக்கு கேள்விகள் உள்ளனவா? அதாவது இந்த

அரிய கருவியைக் கண்டுபிடித்த எனக்கு ஏதாவது கேள்வி இருக்கிறதா?'

பின் வரிசையில் இருந்த ஒரு நிருபர் கத்தினார். 'ஜெட், திரைத்துறையில் புதிதாக ஈடுபட விரும்பும் ஒருவருக்கு உங்கள் அறிவுரை என்ன?'

ஜெட் தோள்களை ஆட்டி 'எனக்குத் தெரியாது' என்றான்.

'தயவுசெய்து' நிருபர் மன்றாடினார்.

ஜெட் தலையை சொறிந்தான். 'நான் நினைக்கிறேன், உங்கள் கனவைத் தொடருங்கள்.'

கூட்டம் கைதட்டி ஆரவாரித்தது.

எடிசன் மறுபடியும் நிருபர்களின் கவனத்தைத் தன் பக்கம் திருப்ப முயன்றார். ஆனால் அதற்கான தருணம் ஏற்கனவே கடந்து விட்டது.

எடிசனைத் தாண்டி எல்லோரும் ஜெட்டிடம் ஓடினார்கள். அவனைச் சுற்றி நின்று அவனுடைய தனிப்பட்ட வாழ்க்கை பற்றி கேள்விகளால் துளைத்தார்கள்.

'இல்லை, நான் ஒருவரையும் இப்பொழுது பார்க்கவில்லை.' அவன் சொல்வது எடிசனின் காதில் விழுந்தது.

'ஒருவரையும் பார்க்கவில்லை என்றால் என்ன பொருள்? காதலிக்கவில்லை என்றா?'

'சும்மா பேசிப் பழகுவதுதான்.'

'பேசிப் பழகுதல் மட்டும்தானா?'

அவருடைய ஆய்வுக்கூடத்துக்குள் நின்ற கும்பல் அவரையே வெளியே தள்ளிவிட்டதை எடிசன் அதிர்ச்சியுடன் உணர்ந்தார். நிருபர்கள் அவரைத் தாண்டி காமிராக்களைத் தூக்கிக்கொண்டு பாய்ந்தனர். காமிரா பல்ப் பவுடர் அவர் முகத்தில் தெறித்தது. தொண்டையில் மக்னீசியம் புகை நிரம்பி எடிசன் இருமினார். அவர் முழங்கால்கள் மடிந்து சாய்ந்தபோது அவருக்கு ஒன்று புலப்பட்டது. அவருடைய முன்கணிப்பு உண்மையாகிவிட்டது. இந்த தடவை அவர் உலகை என்றென்றைக்குமாக மாற்றிவிட்டார்.

❖

தோணித்து, அழுதேன்

சில வேளைகளில் அப்படித்தான். மனம் நிலை கொள்ளாது அலையும். காரணம் இல்லாமல் அழத் தோன்றும். அப்படி பல தடவை நடந்திருக்கிறது.

வாழ்க்கையில் எத்தனை சம்பவங்களைப் பார்க்கிறோம். ஆனால் சிலதான் மனதில் நிற்கின்றன. எத்தனை கவிதைகள் படிக்கிறோம். படிக்கும்போது சுவையாக இருக்கின்றன. ஆனால் புத்தகத்தை மூடிய வுடன் அவை மறந்துவிடுகின்றன, சில நிற்கின்றன. சில கவிதைகள் மட்டும் ஏன் தங்கின என்ற காரணத்தை கண்டுபிடிக்க முடியாது.

'அல்லவை செய்வார்க்கு அறம் கூற்றம்' என எப்பவோ படித்த கவிதை வரி மனதில் நின்று விடுகிறது. ஒரு சிறுகதையில் படித்த வசனம் நினைவில் வருகிறது, சிறுகதை மறந்துவிட்டது. வண்ணதாசன் எழுதிய கதை ஒன்றில் ஒரு வரி வருகிறது. கதை மறந்து விட்டது. அதைப் படித்து இருபது வருடம் ஆகியிருக்கலாம் ஆனால் வசனம் நிற்கிறது. அந்தக் கதையின் கதாநாயகிக்கு ஒரு பழக்கம். வெளியே புறப்படும்போது செருப்புகளை எடுத்து வீட்டுக்கு வெளியே எறிவாள். பின்னர் வெளியே போய் செருப்புகளை அணிந்துகொண்டு புறப்படு வாள்.

புதுமைப்பித்தன் 'பொய்க்குதிரை' என்ற சிறுகதையை ஏறக் குறைய 80 வருடங்களுக்கு முன்னர் எழுதினார். நான் அவருடைய எல்லாக் கதைகளையும் படித்திருக்கிறேன். பல தடவைகள். இந்தக் கதையை என் இளவயதில் வாசித்தபோது முதல் தடவையே கதை பிடித்துவிட்டது. என்ன காரணம் என்று யாராவது கேட்டால் என் னால் பதில் சொல்ல முடியவில்லை. அந்தக் கதையில் வரும் கதா நாயகி கமலம் சொல்வாள் 'தோணித்து, அழுதேன்' என்று. அப்படித் தான் நானும் சொல்ல முடியும். 'தோணித்து பிடித்தது.'

விசுவம் அன்று சம்பளம் போடுவார்கள் என்ற எதிர்பார்ப்பில் வேலைக்குச் செல்கிறான். மாலை சம்பளம் கிடைக்கவில்லை. வீட்டிலே சாமான் கிடையாது. வீட்டுக்காரர் வாடகைக்கு நெருக்கு கிறார். அவனை எதிர்பார்த்து நிற்கும் இளம் மனைவி கமலத்தின் துயரமான முகம் கண்முன்னே வந்து போகிறது. எப்படி அவளை

எதிர்கொள்வது என்று அவனுக்குத் தெரியவில்லை. அவனிடம் இருந்த டிராம் வண்டிக்கான கடைசி ஓரணாவுக்கு முல்லைச்சரம் வாங்கிக் கொண்டு வீட்டுக்கு நடந்து போகிறான். வீட்டிலே காத்தி ருக்கும் மனைவிக்கு பூவைச் சூட்டிவிட்டு முத்தம் தருகிறான். அவ ளுக்கோ அழுகையாக வருகிறது.

அன்று விசுவத்தின் நண்பன் அம்பி வந்து அவர்கள் வீட்டுக் கொலுவுக்கு வரும்படி அழைத்திருந்தான். கமலத்துக்கு போகவே விருப்பம் இல்லை. கணவனுடைய பிடிவாதத்திற்காக அவளும் சரி என்று உடைமாற்றிப் புறப்படுகிறாள். விசுவம், அவள் வெளியே போனால் கொஞ்சம் கவலையை மறப்பாள் என நம்புகிறான். கொலு விலே அவளைப் பாடச் சொல்கிறார்கள். அவள் பாடிவிட்டு பாதியி லேயே நிறுத்திவிடுகிறாள். தொண்டை அடைத்துவிட்டது. விசுவம் நினைக்கிறான் 'அவளுக்கு பசியாயிருக்கும். சாப்பிட்டாளோ என்னவோ' என்று.

நேரம் போய்க்கொண்டே இருக்கிறது. இறுதியிலே விருந்து சாப்பிட அழைப்பு வருகிறது. ஆண்கள் வாழையிலை போட்டு அமர்ந் திருக்க அம்பியின் மனைவியும், கமலமும் பரிமாறுகிறார்கள். விசுவம் பணக்காரன். அவன் மனைவி பட்டுப்புடவை, தங்கநகை என்று செல்வச் செழிப்போடு நடமாடுகிறாள். விசுவத்தை அம்பி நட்புட னேயே நடத்துகிறான். தான் பணக்காரனென்ற கர்வம் அவனுக்கு கிடையாது. விசுவம் விட்டுக்கொடுக்காமல் நண்பன் முன்னே வறுமை இல்லாதவன்போல நடிக்கிறான். அம்பியின் மனைவி இலைகளில் ஒவ்வொன்றாக பப்படம் வைத்தபடி கமலத்தை நெய் ஊற்றச் சொல்கி றாள். கமலம் கூச்சத்துடன் பரிமாற ஆரம்பிக்கிறாள். அப்பொழுது அம்பி கேலியாக கத்துகிறான். 'ஊரா வீட்டு நெய்யே, பெண்டாட்டி கையே' என்ற பழமொழி பொய்க்காமல் நிறைய நெய் உங்கள் கணவர் இலையில் ஊற்றுங்கள் என்கிறான். கமலம், யாரோ பிடரியில் அடித்தது போன்ற பெரும் வலியை உணர்ந்து நிற்கிறாள். கைகள் நடுங்கியபோதும் ஒருவாறு தன்னைச் சமாளித்துக்கொண்டாள்.

இருவரும் தாம்பூலம் வாங்கிக்கொண்டு வீட்டுக்கு வந்து சேர்கிறார்கள். வீட்டிலே மங்கிய விளக்கொளி. படுக்கையில் விசுவம் உட்கார்ந்திருக்கிறான். கமலத்துக்கு அவன் முகத்தைப் பார்த்ததும் அழுகை பீரிட்டு வருகிறது. நிறுத்தவே முடியவில்லை. பல காலமாக அடைத்து வைத்த கண்ணீர் பிரவாகம் எடுக்கிறது.

இதுதான் கதை. இது ஏன் எனக்குப் பிடித்தது என்பதுதான் தெரியவில்லை. இதில் என்ன அப்படி விசேடமாக இருக்கிறது என்பதும் மர்மம். கதை மிகச் சாதாரணம். கொலு வீட்டுக்குப் போகி றார்கள்; பாடுகிறார்கள்; உணவு அருந்திய பின்னர் வீட்டுக்குத் திரும்பு கிறார்கள். கதை ஆரம்பத்திலிருந்து விசுவத்தைப் பற்றி பேசினாலும்

உண்மையில் அது அவனுடைய இளம் மனைவி பற்றியதுதான். புதுமணத் தம்பதியாக வந்து கணவனிலேயே அவள் முழுக்க முழுக்க தங்கியிருக்கிறாள். என்ன ஒரு சிறு சந்தோசமும் அவன் மூலம் கிடைத்தால்தான் உண்டு. அவனிடமிருந்து போதிய அன்பு கிடைக்கிறது, ஆனால் சமைப்பதற்கு வீட்டிலே ஒன்றுமே இல்லை. சம்பளம் போடாத படியால் பட்டினி என்ற நிலைமை. கொலு வீட்டில் எல்லோரும் பிரியமாகத்தான் பழகுகிறார்கள். இருந்தாலும் ஒவ்வொரு வார்த்தையும், செயல்பாடும் அவளுக்கு குத்திக் காண்பிப்பதுபோலவே படுகிறது. அவள் அழுதது எதற்கு? தன் வாழ்க்கையை நினைத்தா, அல்லது பொய்முகம் காட்டவேண்டிய நிர்ப்பந்தம் ஏற்பட்டதாலா? இந்தக் கேள்வியுடன் கதை முடிகிறது.

இதைப் படித்தபோது எனக்கு இளவயது. அப்பொழுதெல்லாம் காரணம் இல்லாமல் மனம் அலையும். துக்கம் மேவும். என்னவோ இந்தக் கதையுடன் மனம் ஒன்றிவிட்டது. ஐம்பது வருடமாக ஒரு கதை நினைவில் இருந்தால் அது வெற்றி பெற்றதற்கான சான்று இல்லையா? வசனத்தில் உவமை அணிகள் இல்லை. அலங்காரம் இல்லை. ஆழமான ஏதோ ஒன்றை கண்டுபிடிக்க வேண்டிய சவால் இல்லை. ஓர் எட்டாம் வகுப்பு மாணவியோ மாணவனோ எழுதக் கூடிய வசனங்கள்தான்.

இந்தக் கதை என்னைப் புரட்டிப் போடவில்லை. மாற்றவில்லை. சிந்திக்க வைக்கவில்லை. முடிச்சு இல்லை. திடீர் திருப்பம் இல்லை. அமைதியாக ஆர்ப்பாட்டமில்லாமல் ஊஞ்சல் ஓய்வதுபோல மெதுவாக முடிவுக்கு வந்தபோது நெஞ்சை என்னவோ செய்தது. நல்ல கதை என்று அப்போது தோணித்து. இப்பொழுதும்தான்.

இரண்டு சம்பவங்கள்

இன்று முக்கியமான நாள். இந்த நாளில்தான் 40 வருடங்களுக்கு முன்னர் நான் இலங்கையை விட்டுப் புறப்பட்டேன். இரவு ஒரு மணி. ஆழமான தூக்கம். வழக்கம்போல டெலிபோன் அடித்தது. வெளிநாடுகளில் இருந்து வரும் தொலைபேசி அழைப்புகள் அந்த நேரம்தான் வரும்.

நித்திரைக் கலக்கத்தில் எழும்பி ஒவ்வொரு பட்டனாக அழுத்தி ஒருவாறு தொலைபேசியை துண்டிக்காமல் 'ஹலோ' என்றேன்.

முத்துலிங்கம் சாருடன் பேசவேண்டும்.

அது நான்தான் சொல்லுங்கள்.

கேட்கிறதா, கேட்கிறதா?

எல்லாம் கேட்கிறது. சொல்லுங்கள்.

குரலே சரியில்லையே?

நான் ஒன்றுமே செய்யமுடியாது. அந்தக் குரலுடன்தான் பிறந்தேன். உங்களுக்கு என்ன வேண்டும்?

நீங்கள்தானா அது?

ஓமோம், நான்தான். நீங்கள் யார்?

சார், நாங்கள் ஒரு இலக்கியப் பத்திரிகை நடத்துகிறோம். அதற்காக உங்களை நேர்காணல் செய்யவேண்டும்.

அதற்கென்ன? எப்போது?

இப்பதான்.

இப்பவா? இங்கே இரவு ஒரு மணி.

ஒரு மணியா?

இது கனடா.

கனடாவா? அது எந்த ஊர்?

இதன் பின்னர் தூக்கம் வரவில்லை. படுக்கையில் புரண்டு புரண்டு படுத்தேன். இரண்டாவது சம்பவத்துக்காகக் காத்திருந்தேன். நடந்தது.

நண்பர் ஒருவர் தொலைபேசியில் பேசினார். அப்பொழுதுதான் விடிந்திருந்தது. வேறு தேசத்து நண்பர் அல்ல, கனடாவில் வசிப்பவர் தான். பிடிவாதமானவர். அவர் ஏதாவது சொல்லி நான் செய்யா விட்டால் கோவிப்பார்.

படித்துவிட்டீர்களா?

என்ன? எதைப் படித்துவிட்டீர்களா?

உங்களுக்கு ஒரு புத்தகம் தந்தேனே. இரண்டு வாரமாகிவிட்டது. இன்னும் படிக்கவில்லையா?

ஒருவர் நேர்காணல் வேண்டுமென்கிறார். இவர் ஏதோ ஒரு புத்தகத்தை நான் படிக்கவேண்டும் என வற்புறுத்துகிறார்.

பெயர் என்ன?

அம்பிகைபாகன்.

உங்கள் பெயர் அல்ல. புத்தகத்தின் பெயர்.

The Man- Eater of Punanai. அதை எழுதியவர் கிறிஸ்டஃபர் ஒண்டாச்சி. புக்கர் பரிசு, கில்லர் பரிசு ஆகியவற்றைப் பெற்ற மைகேல் ஒண்டாச்சியின் சகோதரர்.

ஓ, சரி சரி. ஞாபகம் இருக்கு. அது 200 பக்கத்துக்கு கூடிய புத்தகம் அல்லவா? நான் அத்தனை பெரிய புத்தகத்தைப் படிப்ப தில்லை என்பது உங்களுக்குத் தெரியும்தானே.

அதிலே பாதிக்கு பாதி படங்கள். அது ஒரு காரணமா? சரி முழுப் புத்தகத்தையும் படிக்கவேண்டாம். வெள்ளைக் காகம் என்று ஓர் அத்தியாயம் இருக்கிறது. அதை மட்டுமாவது படியுங்கள். உங்கள் கொள்கைக்கு ஒரு பங்கமும் வராது.

அவருடைய தொல்லை தாங்காமல் படித்தேன். அதைத்தான் ஒண்டாச்சியினுடைய வார்த்தைகளில் சுருக்கி கீழே தந்திருக்கிறேன்.

* * *

நான் 1993ல் இலங்கையில் கழித்த நாட்களில் அதிவிசித்திர மானது முன்னாள் ஜனாதிபதி ஜே.ஆர். ஜெயவர்த்தனாவை சந்தித்த அந்த நாள்தான். அவர் இறப்பதற்கு மூன்று வருடங்களுக்கு முன்னர் அவருடைய வார்ட் பிளேஸ் வீட்டில் சந்திப்பு நடந்தது. தன் பழைய கதைகளால் எனக்கு களிப்பூட்டினார். சில இடங்களில் வியப்பூட்ட வும் தவறவில்லை.

ராணி எலிசபெத் இலங்கைக்கு வந்திருந்தபோது ஜனாதிபதி யிடம் அவர் ஒரு கேள்வி கேட்டார். ‘உங்கள் மக்கள் என்னை எப்படி பார்க்க விரும்புவார்கள்?’ ஜனாதிபதி சொன்னார் ‘கிரீடத்துடன்தான்’ என்று. ராணி சொன்னார் ‘நான் கிரீடத்தை எடுத்துவரவில்லையே.’

முன்னாள் ஜனாதிபதியின் தோட்டம் அழகாகப் பராமரிக்கப் பட்டிருந்தது. நிறையக் காக்கைகள் கூட்டம் கூட்டமாக கிளைகளில் உட்கார்ந்திருந்தன. ஆச்சரியமான விசயம் என்னவென்றால் அந்தக் கூட்டத்தின் நடுவே ஒரு வெள்ளைக் காக்கையும் காணப்பட்டதுதான். இளஞ்சிவப்பு கால்களுடனும், சாம்பல் நிற அலகுடனும் முழுக்க முழுக்க வெள்ளை நிறத்தில் அது மிக அழகாக இருந்தது. நான் சந்திப்பை முடித்துவிட்டு புறப்பட ஆயத்தமாகிக் கொண்டிருந்தேன். எனினும் ஆச்சரியம் தாங்காமல் அந்த வெள்ளைக் காக்கை பற்றி அவருக்கு ஏதாவது தெரியுமா என்று கேட்டேன். 'நீங்கள் மறுபடியும் உட்காரவேண்டும்' என்றார் ஜே.ஆர். ஏதோ வருகிறது என உணர்ந்து நான் அமர்ந்தேன்.

'நீங்கள் Meredith Foster பற்றிக் கேள்விப் பட்டிருக்கிறீர்களா?' அந்தப் பெயர் எனக்குப் பரிச்சயமானதுதான். 'அவர் இங்கிலாந்தைச் சேர்ந்த பிரபலமான பத்திரிகை நிருபர். 1980களில் கொழும்பிலே தங்கியிருந்து போர் பற்றிய செய்திகளை வெளிநாட்டு பத்திரிகை களுக்கு உடனுக்குடன் அனுப்பி வந்தவர். அவருடைய போர்ச் செய்திகளுக்கு நல்ல மதிப்பிருந்தது. இந்தியாவின் அமைதிப்படை யினரால் சமாதானத்தை கொண்டுவரமுடியாத இக்கட்டான போர்ச்சூழல் நிலவிய காலம் அது. கொழும்பிலே ஆறு ஏழு வருடங்கள் தங்கி மெரிடித் தொடர்ந்து செய்திகள் அனுப்பினார். அவர் கணவர் இங்கிலாந்தில் இருந்தார். ஒருநாள் மெரிடித் திடீ ரென்று காணாமல் போய்விட்டார். இந்தச் சம்பவம் ராணுவ பக்கத் திலும், புலிகள் பக்கத்திலும் பீதியைக் கிளப்பியது. இரு சாராருக்கும் மெரிடித் மீது மரியாதை இருந்தது. அவர் மறைந்தது அரசாங்கத்துக்கு பெரும் புதிராகி பிரச்சினை பெரிதானது.

'உங்களுக்குத் தெரியும் மெரிடித் 30-35 வயது அழகி. பொன் தலைமுடியுடன் யாரையும் கணத்தில் கவர்ந்துவிடுவார். என்னுடைய மந்திரி ஒருவருடன் அவர் கள்ள நட்பு வைத்திருந்தார். அவருடைய மனைவி பொறாமைப்படும் அளவுக்கு அது ஆழமானது. நான் மந்திரியை கூப்பிட்டு எச்சரிக்கை செய்தேன். ஒருவித பயனும் இல்லை. மந்திரியின் மனைவி பெரிய குழப்பமான மனநிலையை அனுபவித்தார்.

'கத்தடியா பற்றி நீங்கள் அறிவீர்கள். மோசமான சூனியக்காரர் கள். மந்திரியின் மனைவி தன் கணவரை மீட்பதற்காக சூனியக்காரர் ஒருவரை அணுகியிருக்கிறார் என நான் யூகிக்கிறேன். கத்தடியா அந்தப் பெண்ணை எப்படியோ கடத்திச் சென்று காட்டு மரத்திலே கொடிகளால் கட்டிவைத்து ஏதோவிதமான சூனியச் சடங்குகளைச் செய்திருக்கிறார். அதிலே அவர் இறந்து போயிருக்கலாம். அவர்

உடலைக் கண்டுபிடிக்கவே முடியவில்லை. காட்டிலே சூனியக் காரனின் சடங்கு நடந்த அதே நேரம் இங்கே இந்த வெள்ளைக் காக்கை தோன்றியது.'

இதுவெல்லாவற்றையும் ஜே.ஆர் விவரிக்க நான் ஆச்சரியத் துடன் கேட்டேன். திகைப்பு முழுவதும் நீங்காத நிலையில் ஜே.ஆரிடம் விடைபெற்றபோது என் கண்முன்னே இன்னொரு அதிசயம் நடந்தது. யன்னல் கண்ணாடியின் மற்றப் பக்கம் அந்த வெள்ளைக் காக்கை ஆவேசத்துடன் கொத்தத் தொடங்கியது. கம்பியில்லாத் தந்தியில் டக்டக் என்று ரகஸ்யச் செய்தி அனுப்புவது போல காக்கை விடாமல் கொத்தியது. முன்னாள் ஜனாதிபதி அவசர மில்லாமல் நடந்து சென்று யன்னலைத் திறந்தார். வெள்ளைக் காக்கை உள்ளே பறந்து வட்டமடித்து அவர் தோள்மேலே நட்புடன் வந்து உட்கார்ந்தது. ஜனாதிபதி தோள்களை இறுக்கி அசையாது சிலைபோல நின்றார். அச்சமூட்டும் கண்களால் என்னை உற்று நோக்கினார். நான் விடைபெற்றபோது அவர் தோள் மூட்டு மெல்ல அசைந்தது.

* * *

இதுதான் அந்தப் புத்தகத்தில் கிடைத்தது. நம்பலாமா விடலாமா என்பதை நான் இன்னும் முடிவு செய்யவில்லை. கோடிக்கு மேல் மக்களைக் கொன்று குவித்த ஹிட்லர் தன்னுடைய வளர்ப்பு நாயான ப்ளொண்டியை நஞ்சு கொடுத்து கொன்றுவிட்டு துயரம் தாங்காமல் விம்மி விம்மி அழுதாராம். கொடுங்கோலன் சதாம் உசேன் தூக்கு மரத்துக்கு போக முன்னர் சிறைக் காவலாளியிடம் தான் வளர்த்த செடிக்குத் தவறாமல் தண்ணீர் வார்க்கச் சொல்லி வேண்டிக் கொண் டாராம்.

தமிழர்களைப் பட்டினி போட்டால் சிங்களவர்களுக்கு மகிழ்ச்சி யாயிருக்கும் என்று சொன்னவரும், 150,000 தமிழர்கள் வீடிழந்து அனாதைகளாகி வீதிகளில் நிற்கக் காரணமானவரும், என்றென்றும் தமிழ் மக்கள் நினைவிலிருந்து அழியாத கறுப்பு யூலையை தோற்று வித்தவரும் ஆன ஜே.ஆர். பழிபாவத்துக்கு அஞ்சாதவர். இவர் நெஞ்சில் எங்கேயோ கொஞ்சம் ஈரம் இருந்ததுதான் ஆகப் பெரிய அதிசயம்.

❖

இரண்டு டொலர்

வரிசை தொடங்கிய இடமும் முடிந்த இடமும் ஒன்று. நம்பர் 498 பஸ்சுக்கு நான் மட்டுமே தனியாக காத்து நின்றேன். சாம்பல் நிறப் பகல். தற்காலிகமாக நான் தங்கியிருந்த இடம் மோசமானது. பஸ் வுட்வார்ட் அவென்யூ வழியாகப் போகும்போது ஏமாற்றுக்காரப் பேர்வழிகள் எல்லாம் ஏறுவார்கள், இறங்குவார்கள். அதையெல்லாம் பார்த்தால் முடியுமா? கோப்பை கழுவும் வேலையிலும் பார்க்க உயர்ந்த வேலை எனக்கு கிடைத்ததில்லை. நாலாவது வேலையும் போய்விட்டது. என்னுடைய நண்பருக்கு வேண்டிய ஒருவருக்கு தெரிந்த இன்னொருவர் என்னை நேர்முகத் தேர்வுக்கு வரச் சொல்லி யிருந்தார். நல்ல வேலை, இரண்டு மடங்கு சம்பளம் என்றார்கள். சொன்ன நேரத்துக்குள் நான் போய்ச் சேரவேண்டும். அதுதான் முக்கியம். எனக்காக அவர் காத்திருக்க மாட்டார்.

பஸ்சில் இதே பாதையில் பலமுறை போயிருக்கிறேன். குறித்த நேரத்தில் பஸ் இலக்கை அடைந்தால் அது அந்தந்த பயணிகளின் கூட்டுமொத்த அதிர்ஷ்டம். ஆகவே நேரம் பிந்துவதற்கு அதிகம் வாய்ப்பு இருந்தது. போவதற்கு இரண்டு டொலர் கட்டணம், திரும்புவதற்கு இரண்டு டொலர் என்பது கணக்கு. என்னுடைய மதிய உணவுக்காக நான் சேமித்து வைத்த காசு இது. வேலை முக்கியமா மதிய உணவு முக்கியமா என மனதுக்குள் விவாதம் நடந்தது. தூரத் தில், திருப்பத்தில் சாம்பல் பச்சை வர்ண பஸ் வருவது தெரிந்தது. பிரார்த்தனையில் பாதி பலித்து விட்டது. கைக்கடிகாரத்தைப் பார்த்தேன். பஸ்சில் அடிக்கடி சின்னச் சண்டைகள் உண்டாகி அதனால் தாமதம் ஏற்படுவது வழக்கம். எல்லாம் பஸ் சாரதியின் சாமர்த்தியத்தில் தங்கியிருக்கிறது.

பஸ் முக்கால்வாசி நிரம்பியிருந்தது. இரண்டு டொலரை பஸ் சாரதியிடம் தந்துவிட்டு வசதியான இடம் பிடித்து அமர்ந்தேன். எனக்குப் பக்கத்தில் இருந்தவர் கடுதாசிக் குவளை காப்பியை குடிக் காமல் கையிலே பிடித்து நல்ல சந்தர்ப்பத்துக்காக அதையே பார்த்துக் கொண்டிருந்தார். அவர் கைவிரல்களில் வரிசையாக வெள்ளி மோதி ரங்கள். மற்றப் பக்க இளைஞன் இரண்டு பெருவிரல்களாலும் செல் பேசியில் படுவேகமாக குறுஞ்செய்திகள் அனுப்பியவண்ணம் இருந் தான். அதே சமயம் புதுச் செய்திகள் டிங் டிங் என வந்து விழுந்தன.

என்னுடைய புகழ்பற்றி நேர்முகத்தில் என்னவென்ன சொல்லலாம், என்னவென்ன சொல்லக்கூடாது என்பது பற்றி திட்ட வட்டமாக யோசித்து வைத்திருந்தேன். மறுபடியும் மனதுக்குள் ஒத்திகை பார்த்தேன். இதிலே ஒரு தந்திரம் இருக்கிறது. பெரிய கேள்விகளுக்கு சின்னப் பதில் சொல்லவேண்டும்; சின்னக் கேள்விகளுக்கு பெரிய பதில் தேவை. ஒவ்வொரு தடவையும் தவறாமல் கேட்கப்படும் கேள்வி 'எதற்காக கடைசி வேலையை விட்டீர்கள்?' என்பதுதான். '16 கோப் பைகளை உடைத்தேன்' என்று சொல்ல முடியுமா? அமோகமான கற்பனை வளம்தான் என்னைக் காப்பாற்றும்.

பஸ்சிலே 'கஞ்சா உருட்ட அனுமதியில்லை' (No weed rolling) என்று எழுதி வைத்திருந்தது. யாராவது கடைசி ஆசனத்தில் இருந்து கஞ்சா உருட்டி புகைக்க ஆரம்பித்தால் ஓட்டுநருக்கும் உருட்டுநருக்கும் இடையில் சண்டை தொடங்கிவிடும். பயணி இறங்கிய பின்னர்தான் பஸ் மேலே போகும். ஐந்து நிமிடம் தாமதமாகிவிடும். அல்லது சில பேர் பஸ்சில் ஏறுவார்கள். பயணிகளிடம் காசு சேகரித்து ஓட்டுநரிடம் கொடுத்து பயணம் செய்வார்கள். இன்னும் சிலர் அப்படி சேகரித்த காசை சாரதியிடம் கொடுக்காமல் அடுத்த பஸ் நிறுத்தத்தில் பின் கதவு வழியாக இறங்கிப் போய்க்கொண்டே இருப்பார்கள்.

அன்று நான் பலதடவை பிரார்த்தித்தபடியே இருந்தேன். இப்படி யான சம்பவம் ஏதாவது நடந்து பஸ் பிந்தாமல் போக வேண்டும். அன்றைய சாரதி கறுப்பு இனத்து பெண். கறள் நிறம். பெண் என்றால் நல்லதுதான், மிகக் கண்டிப்பாக இருப்பார். பஸ்சிலே ஏறிய பயணிகள் அனைவரும் என்றுமில்லாதமாதிரி அமைதியாக இருந்தனர். கடைசி சீட்டில் கஞ்சா உருட்டுபவர் ஒருவரும் இல்லை. ஒரு பெண்ணை மட்டும் ஒருவன் உருட்டிக்கொண்டிருந்தான். அடுத்த நிறுத்தத்தில் கறுப்புக் கண்ணாடி அணிந்த உயரமான ஆள், ஒலிம்பிக் பதக்கத்தை அணிவதுபோல தன் பெயர் எழுதிய அட்டையை கழுத்திலே தொங்க விட்டபடி ஏறி அமைதியாக அமர்ந்தார். அவரைத் தொடர்ந்து ஒரு பெண் கையில் குழந்தையையும், மறுகையில் பையையும் காவியபடி செல்பேசியை வாயினால் கவ்விக்கொண்டு ஏறி ஓர் இருக்கையைத் தேடிப் பிடித்து அமர்ந்தார். சரி, நேரத்துக்கு போய்ச் சேர்ந்துவிடலாம் என்று நிம்மதி ஏற்பட்டது. ஒரு புதுவிதமான பிரச்சினை அன்று உருவாகப் போகிறது என்பது எனக்குத் தெரியாது.

அடுத்துவந்த பஸ் நிறுத்தத்தில் ஒருவர் சக்கர நாற்காலியில் பேருந்துக்காக காத்தபடி நிற்பது தெரிந்தது. சக்கர நாற்காலியை பஸ்சில் ஏற்றுவதற்கு ஒரு முறை உண்டு. சாரதி பஸ்சை நிறுத்திவிட்டு கதவைத் திறந்தார். பின்னர் இறங்கு பலகையை இறக்கினார். அது ஆடி அசைந்து கீழே இறங்கி நிலத்துடன் ஒட்டிக்கொண்டு வளைந்து நின்றது. பயணி தன்னுடைய தானியங்கி நாற்காலியைப் பலகைக்கு

நேராகக் கொண்டுவந்து பின்னர் மெல்ல மெல்ல ஏறத் தொடங் கினார். உள்ளே வந்ததும் சாரதி தன் ஆசனத்தை விட்டு எழுந்து ஊனமுற்றோருக்காக ஒதுக்கப்பட்ட இடத்தில் நாற்காலியை நிறுத்தி, ஒரு சங்கிலியால் பிணைத்துக் கட்டினார். இதற்கு ஐந்து நிமிடம் எடுத்துக்கொண்டது. நான் கைக்கடிகாரத்தைப் பார்த்தேன்.

பஸ் புறப்படுவதற்காக நாங்கள் காத்திருந்தோம். ஓட்டுநர் கவர்ச்சி யான உயரமான பெண். சிகை சுருண்டு சுருண்டு அவர் தோள் மூட்டைத் தொட்டு நின்றது. திட்டமிட்டு நேராக்கிய பல்வரிசை. ஒரு பெட்டிக்குள் நிற்பதுபோல தலையைக் குனிந்து பயணி கொடுக் கப் போகும் இரண்டு டொலருக்காக காத்து நின்றார். அப்போதுதான் பிரச்சினை ஆரம்பமானது. பயணியைப் பார்த்தேன். வட்டமான முகம். இடுங்கிய கண்கள். நாற்காலியை நிறைத்து உட்கார்ந்திருந்த அவர் தொப்பை கீழே இறங்கி தொடையில் கிடந்தது. தவளையின் கழுத்துப் போல வீங்கிய தொண்டை.. 'ஆஸ், ஆஸ்' என்று மூச்சு விட்டார்.

பயணி உட்கார்ந்திருந்தது நாற்காலியல்ல, அவருடைய வீடு. கைப்பிடியில் இரண்டு மூன்று உடுப்புகள் தொங்கின. ஆசனத்துக்கு கீழே அத்தியாவசியமான சாமான்கள் அடுக்கியிருந்தன. அவர் அணிந்திருந்த உடுப்பில் எட்டு பக்கெட்டுகள். அவர் காசைத் தேடத் தொடங்கினார். ஒவ்வொரு பக்கெட்டாகத் தேடியும் காசு கிடைக்க வில்லை. பின்னர் நாற்காலி கைப்பிடியில் கொழுவிய உடுப்புகளின் பக்கெட்டுகளை ஒவ்வொன்றாக ஆராய்ந்தார். அங்கேயும் காசு இல்லை. சுருண்ட முடி சாரதி பெட்டியை மூடுவதுபோல இமை களால் கண்களை மூடிக்கொண்டு பொறுமையாக நின்றார். ஏனைய பயணிகள் தங்கள் தங்கள் ஆசனங்களில் நெளிந்தனர். மேலும் ஐந்து நிமிடங்கள் ஓடின.

என்னிடம் இருந்த மீதி இரண்டு டொலரை பயணியின் கட்டண மாக சாரதியிடம் கொடுக்கலாமா என்று யோசித்தேன். திரும்பும் போது நடந்து போய்விடலாம். ஆனால் சில சமயங்களில் உதவி செய்ய இயலாது. ஊனமுற்றவர் எரிந்து விழுவார்; சத்தம் போடுவார். சாரதியும் என்ன செய்வார் என்று ஊகிக்க முடியாது. அங்கே நடக்கும் சம்பவங்களை எல்லாம் பஸ்சில் பொருத்திய வீடியோ காமிரா படம் பிடித்துக் கொண்டிருந்தது. ஆகவே அதையும் யோசிக்க வேண்டும். எவ்வளவு நேரம்தான் இவர் பக்கெட்டுகளை ஆராய்வார். இறுதியில் ஏதோ கொசு கடித்ததுபோல உடம்பின் கீழ்ப்பாகத்தை மெல்ல ஆட்டினார். உதடுகளைச் சுருக்கி பிரயத்தனமாக வாயைத் திறந்தார். ஆனால் வார்த்தை வெளியே வரவில்லை. அவர் தலையைக் குனிந்து நெஞ்சிலே ஒட்டுவதுபோல வைத்துக் கொண்டார்.

பஸ்சிலே கோடு கோடாக வெளிச்சம் இறங்கத் தொடங்கி யிருந்தது. நான் என் முகத்தை பஸ் யன்னலில் பார்த்தேன். பதற்ற

மாகத்தான் தென்பட்டது. சாரதி சங்கிலி பூட்டைத் திறந்து பயணியின் நாற்காலியை விடுவித்தார். பஸ் கதவைத் திறந்தார். இறங்கு பலகை மெதுவாக ஆடி அசைந்து இறங்கி நிலத்தைத் தொட்டு நின்றது. பயணி சாவகாசமாக தன்னுடைய சக்கர நாற்காலியை இயக்கி லாவகமாகத் திருப்பி நிலத்தை அடைந்து பஸ்சிலிருந்து நகர்ந்து இடம் விட்டார். சாரதி மறுபடியும் விசையை அமர்த்தி பலகையை உள்ளே இழுத்தார். கதவைப் பூட்டினார். மேலும் ஐந்து நிமிடங்கள் கடந்தன.

மறுபடியும் பஸ் கிளம்பி சிறிது தூரம் நகர்ந்திருக்கும். நாற்காலி பயணி கைகளை மேலே தூக்கி ஆட்டி 'இரண்டு டொலர், இரண்டு டொலர்' என்று கூவினார். இத்தனை நேரமும் அவர் கையில் இரண்டு டொலர் இருந்ததை மறந்துவிட்டார். பஸ் சாரதி முடிவு எடுக்க வேண்டிய நேரம். பஸ்சை நிறுத்தி கொஞ்சம் பின்னுக்கு நகர்த்தினார். கதவைத் திறந்தார். இறங்கு பலகையை இறக்கினார். அது மெல்ல அசைந்து அசைந்து இறங்கி நிலத்தை தொட்டது. நான் கைக் கடிகாரத்தைப் பார்த்தேன்.

இதற்குத்தான் காத்திருந்ததுபோல பக்கத்து இருக்கைப் பயணி குவளை விளிம்பிலே சிந்திய காப்பியை நக்கிவிட்டு குடிக்க ஆரம்பித் தார். குதிரை கால்களைத் தூக்கி பாய்வதுபோல நான் செல்போன் காரரையும், குறுஞ்செய்திகளையும் கடந்து பின் கதவு வழியாக இறங்கி எதிர் திசையில் நடக்கத் தொடங்கினேன். வேலை கிடைக்கா விட்டால் என்ன? நாற்காலிப் பயணி, இரண்டு டொலரை கண்டு பிடித்தது கொண்டாடப்பட வேண்டிய தருணம் அல்லவா? என்பை யில் எஞ்சியிருந்த இரண்டு டொலர் காசுக்கு மதியம் என்ன சாப்பிட லாம் என்ற நினைப்பில் மனம் லயித்தது.

❖

கோப்பிக் கடவுள்

சில வாரங்களுக்கு முன் ஸ்டார்பக்ஸ் கோப்பிக் கடையில் இரண்டு கறுப்பின வாடிக்கையாளர்கள் போலீசாரினால் கைது செய்யப்பட்டனர். இது நடந்தது அமெரிக்காவின் மிகப்பெரிய நகரமான ஃபிலெடெல்ஃபியாவில். இந்த விவகாரம் நொடியில் ஆர்ப்பாட்டமாகி கறுப்பின மக்கள் ஒன்று திரண்டு போலீசாரின் இந்த அட்டூழியத்தை எதிர்த்து புரட்சி செய்தனர். ஸ்டார்பக்ஸ் நிர்வாகம் அநீதிக்கு பொறுப்பேற்று இனிமேல் இப்படி நடக்காது என உத்திரவாதம் அளித்தது. போலீசார் கைது செய்ததை படம்பிடித்த காணொளியை வெளியிட்டபோது அதை இரண்டு கோடி மக்கள் பார்த்தனர். இவை எல்லாம் பத்திரிகைகளில் வந்தன.

இதைப் படித்தபோது சிலமாதங்களுக்கு முன்னர் நடந்த சம்பவம் ஒன்று ஞாபகத்துக்கு வந்தது. ஸ்டார்பக்ஸ் நிறுவனத்தின் மாபெரும் ஒன்றுகூடல் நிகழ்வுக்கு விருந்தினராகப் போன ஒருத்தர் சொன்னது. பத்திரிகையில் வராத செய்தி இது. இன்று உலகம் முழுக்க வியாபித்து ஸ்டார்பக்ஸ் 27,500 கிளைகளைக் கொண்டிருக்கிறது. 240,000 ஊழியர்கள் வேலைசெய்கிறார்கள். இதன் வருமானம் வருடத்துக்கு 22 பில்லியன் டொலர்கள் என்று சொல்கிறார்கள். இதன் முகாமையாளர்களும், முக்கிய அதிகாரிகளும் வருடத்துக்கு ஒருமுறை மாபெரும் ஒன்றுகூடல் நிகழ்வில் கலந்து கொள்வார்கள்.

கொஸ்டாரிக்காவில் நடக்கும் விழாவில் கலந்து கொள்வதற்காகத்தான் விருந்தினர் விமானத்தில் பறந்து கொண்டிருந்தார். அங்கேதான் ஸ்டாபக்சுக்கு சொந்தமான பெரிய கோப்பித் தோட்டம் இருந்தது. கோப்பிச் செடிகளை எப்படி வளர்ப்பது, பராமரிப்பது போன்ற விசயங்களில் பணியாளர்களுக்கு பயிற்சி அளிக்கப்படும். இந்த நிகழ்வில் முக்கியமான அம்சம் என்னவென்றால் அதன் உரிமையாளரும் தலைவரும் நேரில் கலந்து கொள்கிறார் என்பதுதான். பணியாளர்கள் அவரைக் காண்பது மிக மிக அரிது. அவரைச் சந்திப்பது கடவுளை சந்திப்பதற்கு சமம் என்று தங்களுக்குள் பேசிக் கொள்வார்கள்.

அன்று விமானத்தில் சனம் இல்லை. முதல் வகுப்பில் விருந்தினரும், இருபது இருபத்தியொரு வயது மதிக்கக்கூடிய ஓர் இளைஞனும்தான். அவன் சாதாரண உடை அணிந்திருந்தான். நன்றாகத் தோய்த்து சுருக்கம் நீங்காத, முழங்காலில் கிழிந்த ஜீன்ஸ். சாயம் போன டீசேர்ட். முதல் வகுப்பில் அவன் பயணிப்பது அவருக்கு ஆச்சரியமாக இருந்தது. இவன் மாணவனா? விடுமுறை நாளாகவும் இல்லை. முதல் வகுப்பில் பயணப்படுவதால் பணக்காரனாக இருக்கவேண்டும். இப்படியெல்லாம் யோசித்தார்.

அந்த இளைஞனுக்கும் ஓர் ஆச்சரியம் இருந்தது. அவன் விருந்தினரைப் பார்த்தான். அவர் கனவான் போல உடையணிந்திருந்தார். முக்கியமான ஒரு சந்திப்புக்கு போகிறார் அல்லது அதை முடித்துவிட்டு திரும்புகிறார் என யூகித்தான். ஏதோ ஒரு பெரிய நிறுவனத்தின் பொறுப்பாளராக அவர் பதவி வகிக்கலாம். விமானத்தில் ஏறிய நேரத்திலிருந்து மடிக்கணினியை திறந்து வைத்து அதிலே தட்டச்சு செய்தார். விமானப் பணிப்பெண் ஒவ்வொரு பத்து நிமிடமும் வந்து அவரிடம் எல்லாம் சரியாக இருக்கிறதா என விசாரித்தாள். அவருடைய கிளாசில் பழரசம் முடியமுன்னர் மீண்டும் நிரப்பினாள். அடிக்கடி அவர் அந்த விமானத்தில் பயணம் செய்பவராக இருக்கவேண்டும்.

ஆனால் இளைஞனை ஆச்சரியப் படுத்தியது அதுவல்ல. அவர் கையிலே பிடித்திருந்த வழுவழுப்பான அட்டையில் கோப்பித் தோட்டப் படம் ஒன்று காணப்பட்டது. அதற்கு மேலே வலது பக்க மூலையில் ஸ்டார்பக்ஸின் சின்னம் கடும் பச்சை நிறத்தில் பொறித்திருந்தது. நீண்ட தலைமுடியில் கிரீடம் வைத்து, கைகள் இரண்டையும் மேலே தூக்கியபடி நிற்கும் பெண். அவர் நிச்சயமாக ஸ்டார்பக்ஸில் வேலை செய்யும் உயர் அதிகாரியாக இருக்கவேண்டும் என முடிவு செய்தான். சட்டென்று கையை நீட்டி 'நான் ரியோ' என்று தன்னை அறிமுகப்படுத்தினான். விருந்தினரும் கையை குலுக்கியபடி தன் பெயரைச் சொல்லிவிட்டு ரியோவை கூர்ந்து பார்த்தார். சிரித்த முகம். துணிச்சலான கண்கள். எவரையும் முதல் பார்வையிலேயே வசீகரித்துவிடும் முகம். அவனுக்குள் வார்த்தைகள் தோன்றி வெளியே வரத் துடித்துக் கொண்டிருப்பது உதடுகளில் தெரிந்தது.

'நீங்கள் ஸ்டார்பக்ஸில் வேலைசெய்யும் அதிகாரியா?' என்றான். அவன் குரலில் இருந்த மகிழ்ச்சி அவன் ஏதோ ஒரு பெரிய கண்டுபிடிப்பை செய்துவிட்டது போல இருந்தது. அவர் சிரித்தார். 'ஏன் அப்படி நினைக்கிறீர்கள்?' ஓ, நீங்கள் கையிலே பிடித்திருக்கும் அட்டையில் ஸ்டார்பக்ஸின் சின்னம் உள்ளது. ஓர் ஊகம்தான்' என்றான். 'அப்படியெல்லாம் இல்லை. ஸ்டார்பக்ஸ் நடத்தும்

வருடாந்த நிகழ்வில் கலந்து கொள்ளப் போகிறேன்.' அப்பொழுதுகூட தான் பிரதம விருந்தினராக அழைக்கப்பட்டதை அவர் கூறவில்லை. 'எங்கே விழா நடக்கிறது?' கொஸ்டாரிக்காதான். அங்கேதான் இந்த விமானத்தில் போய்க்கொண்டிருக்கிறேன்.'

'என்ன? என்ன? கொஸ்டாரிக்காவா? அங்கேயா இந்த விமானம் பறந்து கொண்டிருக்கிறது?' பளிச்சென்று பளிங்குபோல வெள்ளை யாக இருந்த அவன் முகம் அழுகிய வாழைப்பழம்போல கறுப்பாக மாறிவிட்டது. 'இது கலிஃபோர்னியாவிலுள்ள சான்ஹூசேக்கு அல்லவா போகிறது?' சிறிது நேரம் யோசித்துவிட்டு, தன் பாக் கெட்டை துளாவி போர்டிங் அட்டையை உருவிச் சோதித்தான். பின்னர் சட்டென்று மௌனமாகி ஸ்டார்பக்ஸ் சின்னத்து பெண் போல இரண்டு கைகளையும் மேலே தூக்கி தலையைக் குனிந்து முழங் கால்களைப் பார்த்தான். அவனுக்கு தான் விட்ட பிழை நினைவுக்கு வந்தது.

ரியோவின் தகப்பன் பல வருடங்களாக அமெரிக்க விமானச் சேவையில் பணிபுரிகிறார். அந்தக் காரணத்தினால் அவருக்கும் அவர் குடும்பத்தினருக்கும் இலவச விமானப் பயணச் சலுகை உண்டு. ரியோ இந்தச் சலுகையை அடிக்கடி பயன்படுத்துவான். ஒரேயொரு பிரச் சினைதான். விமானம் புறப்படுவதற்கு சில மணிநேரம் முன்னே கம்புயூட்டரில் சென்று எந்த எந்த விமானம் எங்கேயிருந்து எங்கே போகிறது. ஏதாவது இடம் காலியாக இருக்கிறதா என்று பார்த்து தன் இருக்கையை பதிவு செய்யவேண்டும். அப்படி பல நகரங்களுக்கு பயணித்திருக்கிறான். திரும்பும்போதும் காலியான விமானம் ஒன்றைப் பிடித்து திரும்பிவிடுவான். இது அவனுக்கு ஒரு விளையாட்டு மாதிரித் தான். இம்முறை ஒரு தவறு நடந்துவிட்டது. அவன் பதிவு செய்யும் போது கொஸ்டாரிக்காவில் உள்ள சான்யுவானுக்கு போகும் விமானத் தில் பதிவு செய்துவிட்டான். ஓர் எழுத்துதான் வித்தியாசம். அவசரத் தில் அவன் தன் போர்டிங் அட்டையைக்கூட சரியாகக் கவனிக்க வில்லை.

விருந்தினர் அவன் சொன்னது முழுவதையும் பரிவுடன் கேட்டார். பின்னர் 'என்ன தயக்கம்? அடுத்த பிளேன் பிடித்து திரும்ப வேண்டியதுதானே?' என்றார். 'ஆமாம், அப்படித்தான் செய்ய வேண்டும். என் நண்பர் அங்கே சான்ஹூசே விமான நிலயத்தில் எனக்காகக் காத்து நிற்பார். விமானம் தரை இறங்கியதும் அவருக்கு ஒரு குறுஞ்செய்தி அனுப்பிவிடுவேன். பெரிய நட்டம் ஒன்றுமில்லை.' ஒருவாறு இளைஞன் தன்னையே தேற்றிக்கொண்டான்.

'அது சரி. நீங்கள் என்ன செய்கிறீர்கள்? மாணவரா அல்லது எங்காவது வேலை பார்க்கிறீர்களா?'

'இரண்டும்தான். நான் நாலு வருடமாக ஸ்டார்பக்சில் வேலை செய்கிறேன். இப்பொழுது எனக்கு பாரிஸ்டாவாக பதவி உயர்வு கொடுத்திருக்கிறார்கள். ஸ்டார்பக்சில் பச்சை நிற கவுண் போட்ட ஊழியர்கள் சாதாரணர். நான் மேற்பார்வையாளர், கறுப்பு மேலுடை அணிந்திருப்பேன்' என்றான். 'மாணவன் என்று சொன்னீர்களே?' அதுவும் உண்மைதான். ஸ்டார்பக்ஸ் நிறுவனம் மேல்படிப்பு படிக்க விருப்பமானவர்களை ஊக்குவிக்கிறது. அரிசோனா பல்கலைக் கழகத்தில் கற்பதற்கு எனக்கு வசதி செய்து தந்திருக்கிறார் ஸ்டார்பக்ஸ் தலைவர். அவர் எங்களுக்கு கடவுள்மாதிரி. நான் அவரைச் சந்தித்தது கிடையாது' என்றான் ஏக்கத்துடன்.

'ஸ்டார்பக்ஸ் என்ற பெயரை உங்கள் நிறுவனம் எப்படி தேர்வு செய்தது? உங்களுக்குத் தெரியுமா?' இளைஞன் சொன்னான் 'அது ஒன்றும் ரகசியம் இல்லை. மோபி டிக் நாவலில் வரும் ஒரு மாலுமியின் பெயர். 'ஓ, அது எனக்குத் தெரியும். எப்படி அந்தப் பெயரை மட்டும் தேர்வு செய்தார்கள். கப்பல் தலைவனின் பெயரை தேர்வு செய்யவில்லையே?' ரியோ சொன்னான், 'சமீபத்தில்தான் இணையத்தில் படித்தேன். St என்று தொடங்கும் எந்தப் பெயரும் அழகாக இருப்பதுடன் அந்தச் சத்தமே ஒரு வலிமையின் குறியீடாக இருக்கும். இதை ஆரம்பித்தவர்கள் முதல் இரண்டு எழுத்துகளை தீர்மானித்த பின்னர் பெயர்களைத் தேடி எடுத்தார்களாம்.'

'அப்படியா! இது நல்ல தகவல். இந்த நிறுவனத்தைத் தொடங்கிய வர்கள் எத்தனை ஆழ்ந்து சிந்தித்திருக்கிறார்கள்! அது சரி, தலை வரைச் சந்திக்க முடியாது என்று சொன்னீர்களே. சந்தித்தால் என்ன செய்வீர்கள்?' செய்வீர்களா? என் மீதி ஆயுளை வாழ்வதில் அர்த்த மில்லை. வாழ்நாள் பயனை அடைந்துவிடுவேன். 'உங்களுக்கு தலை வரைச் சந்திக்க விருப்பமா? உண்மையாகவா?' உண்மையாகத்தான். விமான நிலையத்திலிருந்து நேராக விழாவுக்குத்தான் போகிறேன். எனக்கு கார் அனுப்பியிருப்பார்கள். நீங்களும் என்னுடன் வரலாம். சந்திப்பு முடிந்த பின்னர் இன்று இரவே நீங்கள் விமானம் பிடித்து திரும்பி விடலாம்.' 'கனவுபோல இருக்கிறதே. என்னிடம் நல்ல மாற்று உடுப்புக் கூடக் கிடையாதே. 'அதனாலென்ன? என்னிடம் கூடத்தான் மாற்று உடுப்பு இல்லை. உங்கள் உடை நல்லாகத்தானே இருக்கிறது. உங்களுக்கு ஆச்சரியம் தருவதுபோல உங்கள் தலைவருக்கும் ஓர் ஆச்சரியம் கிட்டலாம் அல்லவா?'

ரியோ விருந்தினரைப் பார்த்துச் சொன்னான். 'என்னுடைய அம்மா நான் சிறுவயதாக இருந்தபோது சொன்னது ஞாபகத்துக்கு வருகிறது. சிலவேளை தவறான ரயில் பிடித்து சரியான இடத்துக்குப் போய்ச் சேரலாம். பாருங்கள், தவறான பிளேன் பிடித்து இங்கே

வந்தேன். என் வாழ்நாளில் மறக்க முடியாத சம்பவம் நடக்க இருக்கிறது. எல்லாமே எப்பொழுதோ எழுதப்பட்டுவிட்டது, இல்லையா?' என்றான். அவன் முகம் முழுக்க பரவசமாக மாற்றம் கொண்டிருந்தது.

விருந்தினருக்கு ஒரு நீண்ட கறுப்பு நிற பளபளக்கும் கார் விமான நிலையத்தில் காத்திருந்தது. அவருடன் ரியோவும் விழாவுக்கு போனான். ஸ்டார்பக்ஸ் தலைவர் பெருந்தன்மையாக 'அவன் யார், ஏன் வந்திருக்கிறான்' போன்ற கேள்விகள் ஒன்றையும் எழுப்பவில்லை. விழா சிறப்பாக நடந்தது. வந்திருந்தவர்கள் அத்தனை பேரும் வெவ்வேறு நாடுகளின் பொறுப்பாளர்கள். விழா முடிவுக்கு வரும் சமயத்தில் இளைஞனை அறிமுகம் செய்ததோடு அவனைப் பற்றிய விவரங்களையும் விருந்தினர் தலைவருக்கு சொன்னார். அவர் வியப்பு மேலிட அவனைப் பார்த்தார். ரியோவின் தலைக்குள் இருதயம் அடிக்கத் தொடங்கிவிட்டது. தலைவர் 'மகிழ்ச்சி, மகிழ்ச்சி' என்று இரண்டு தரம் சொல்லி அவன் பக்கம் தன் கையை நீட்டினார். பட்டுப்போல காற்றிலே அசையும் மெல்லிய துணியிலே தைத்த மடிப்புக் கலையாத ஆடையில் அவர் கம்பீரமாகக் காட்சியளித்தார். ரியோ அவசரமாக வலது கையில் இருந்த காப்பிக் கோப்பையை இடது கையுக்கு மாற்றி விட்டு கையை நீட்டினான். எத்தனை முயன்றும் முகத்தில் இருந்த பதற்றத்தை அவனால் அகற்ற முடியவில்லை. கை நடுங்கியது. ஒரு துளி கோப்பி அவருடைய வெள்ளை உடுப்பில் தெறித்து கறுப்பு வட்டமாக மாறியது.

ரியோ நடுங்கிவிட்டான். 'ஓ மன்னியுங்கள், மன்னியுங்கள்' என்று கத்தினான். 'இதில் என்ன? பல தடவை நடந்திருக்கிறது. உலகத்துக்கு கோப்பியை உற்பத்தி செய்வதிலும் பார்க்க அதை உடையில் கொட்டுவதில்தானே என் சாமர்த்தியத்தை இதுவரை காட்டி வந்திருக்கிறேன்' என்றார் கடவுள்.

❖

மோசமான விடைபெறுதல்

லாரி டேவிட்
தமிழில் : அ.முத்துலிங்கம்

[சமீபத்தில் இந்தக் குறிப்பை ஆங்கிலத்தில் படித்தேன். மொழிபெயர்க்க வேண்டும் என்று தோன்றியது. ஆனால் இது நேரடியான வார்த்தைக்கு வார்த்தை மொழிபெயர்ப்பு அல்ல. தழுவல் என்று வேண்டுமானால் வைத்துக் கொள்ளலாம். எழுத்து எழுத்து என்று சொல்கிறோமே. இதுதான் எழுத்து. இலக்கியம் என்றும் சொல்லலாம். அ.முத்துலிங்கம்]

1942ம் ஆண்டு, ஜூன் 25. நான் போருக்குப் புறப்பட்ட நாள். உயர்நிலைப் பள்ளியில் படித்த காலத்திலிருந்து காதலித்து வந்த என் உயிர் கண்மணி அலிஸ் என்னை காரில் ஏற்றி ரயில் ஸ்டேசனுக்கு அழைத்துச் சென்றாள். அவளிடமிருந்து விடைபெறுவதுதான் என் நோக்கம். நாங்கள் ஆழமான காதலில் சிக்குப்பட்டு இருந்ததால் ஒருவரை ஒருவர் விட்டுப் பிரிவது என்பதை எங்களால் நினைத்துக் கூடப் பார்க்க முடியாது.

அலிஸ் காரை நிறுத்தியதும் நாங்கள் இறங்கி ஒருவர் கையை ஒருவர் பிடித்துக்கொண்டு மௌனமாக ஸ்டேசனுக்குள் நுழைந்து நான் ரயில் ஏறவேண்டிய நடைமேடைக்கு வந்து சேர்ந்தோம். எங்களுடைய இதயங்கள் வெடிப்பதற்கு தயாராக இருந்தன. ஒருவரை ஒருவர் ஆழமாக உற்று நோக்கினோம். பின்னர் அவள் பேசினாள். அந்தச் சம்பாசணையை என்னால் இன்றுகூட வார்த்தைக்கு வார்த்தை நினைவுக்கு கொண்டுவரமுடியும்.

'சத்தியம் செய்துகொடு, நீ என்னிடம் திரும்ப வருவாய் என்று.'
'சத்தியம்.'
'நீ எனக்கு எழுதுவாய் என்று சத்தியம் செய்துகொடு.'
'அதிலென்ன சந்தேகம். நான் எழுதுவேன்.'
'ஒவ்வொரு நாளும்.'
'ஒவ்வொரு நாளுமா? ம்... ம்... நிச்சயம் முயற்சி செய்வேன். உனக்குத் தெரியும்தானே நான் யுத்த முனையில் மும்முரமாக இருப்பேன். நிச்சயமாக நேரம் கிடைக்கும்போது எழுதுவேன்.'
'என் சிநேகிதிக்கு பிரட் ஒவ்வொரு நாளும் எழுதுகிறானே.'

'அப்படியா? அவன் ராணுவத்தில் பெரிய அதிகாரிக்கு உதவியாளன். அவனுக்கு ஒரு மேசை இருக்கிறது. நானோ போர்முனையில் இருப்பேன். எனக்கும் ஓர் அலுவலகத்தில் மேசை இருந்தால் நான் நாளுக்கு மூன்று கடிதங்கள் எழுதுவேன். இப்ப இதைப்பற்றி பேசும் போதுதான் யோசிக்கிறேன். எனக்கு கடிதம் எழுதுவதற்கு எங்கே யிருந்து இத்தனை பேப்பர் கிடைக்கும். என்னுடைய முதுகுப்பையில் ஒரு கட்டு பேப்பரை காவிக்கொண்டு என்னால் எப்படி நடக்க முடியும்? இப்பொழுதே என் முதுகுப் பை தூக்க முடியாத அளவுக்கு பாரமாக இருக்கிறது. நான் தோட்டாக்களையும், நித்திரைப்பையையும், தண்ணீர் குடுவையையும் காவவேண்டும். இவற்றோடு ஒரு கட்டுப் பேப்பரையும் என்னால் சுமக்க முடியுமோ தெரியாது.'

'நான் பேப்பர் கட்டை காவச் சொல்கிறேனா? ஒரு சில வெறும் பேப்பருக்குகூட நான் தகுதியானவள் இல்லையா?'

'ஒரு சில வெறும் பேப்பருக்கு நிச்சயம் தகுதியானவள்தான். நீ எல்லாவற்றையும் தவறாக விளங்கிக் கொள்கிறாய். அது நல்ல கேள்விதான். இதை நான் அடியாழத்துக்குப்போய் ஆராயவேண்டும் என தீர்மானித்துவிட்டேன்.' யன்னல் கண்ணாடியில் தெரிந்த என்னுடைய ராணுவச் சீருடை பிம்பம் பார்ப்பதற்கு கம்பீரமாகத் தான் இருந்தது.

'ஒரு பேனையாவது உன்னுடைய முதுகுப்பையில் இருக்கிறதா?'

'பேனை இருக்கிறது. நான் பொய் சொல்லக்கூடாது. எழுதும் போது இடைக்கிடை மை காய்ந்துவிடுகிறது. முதல் கடிதம் எழுதும் போதே மை முடிந்துபோகக்கூடிய சாத்தியம் இருக்கிறது.'

'சரி, இன்னொரு பேனை எடுத்துக்கொள். பல பேனைகள் கொண்டு போனாலும் நல்லதுதான்.'

'நிச்சயமில்லை. போர்முனையில் பேனைகள் விற்பார்களா? சொல்வதற்கில்லை. உனக்குத் தெரியும்தானே. எனக்கும் பேனை களுக்குமான உறவு பற்றி. என்னுடைய சட்டையிலிருந்து அவை விழுந்தபடியே இருக்கும். ஆனால் நல்ல செய்தி என்னவென்றால் ராணுவ கால்சட்டை பக்கெட்டுகள் உறுதியானவை. அவைக்கு சிப் கூட இருக்கலாம்.'

இப்படிச் சொல்லிக்கொண்டே வட்டமான இனிப்பை விடை பெறும் முத்தத்துக்கு தயார்செய்யும் விதமாக வாய்க்குள் எறிந்தேன். அவள் என்னை விநோதமாகப் பார்த்தாள்.

'இது என்ன பார்வை? ராணுவ கால்சட்டைக்கு சிப் இருப்பது நல்லது என்று நீ நினைக்கவில்லையா?'

'உனக்கு எழுத விருப்பமே இல்லை என்பது தெரிகிறது.'

'அலிஸ், நான் போர்களத்துக்கு போனவுடன் இதுபற்றி தீவிர மாகச் சிந்திப்பேன். எனக்கும் எழுத ஆர்வம்தான். ஆனால் பிரச்சினை என்னவென்றால்...'

'எனக்குத் தெரியும். பேப்பரும், பேனையும்.'

'சரி, அத்துடன் கால நேரம். நான் பகல் முழுக்க போர் முனையில் எதிரிகளை கொன்று குவித்துக் கொண்டே இருக்கலாம். எதிரிகளின் துப்பாக்கி என்னை நோக்கிச் சுடலாம். என்னுடைய சக ராணுவத்தினரையும் நான் காப்பாற்ற வேண்டி நேரலாம். தண்ணீர் குடுவையில் உள்ள தண்ணீர் முடிந்து போகலாம்.'

'நாள் முடிவில் நான் கூடாரத்துக்கு களைத்துப்போய், ஊத்தையாகத் திரும்பும்போது என் முதல் எண்ணம், நான் உண்மையாகச் சொல்கிறேன், ஆறுதலாக அமர்ந்து தகரடப்பாவில் வரும் உணவைச் சாப்பிட்டு ஓய்வெடுப்பதாகத்தான் இருக்கும்.'

'தகர டப்பா உணவு என்றால் என்னவென்று எனக்குத் தெரியும்.'

'தகரடப்பா உணவுக்குப் பின்னர் ஒரு குளியல் பற்றி சிந்திக்க வேண்டி இருக்கும். நான் உடம்பைத் தூய்மையாக வைத்திருப்பதற்கு எவ்வளவு முக்கியத்துவம் கொடுத்திருக்கிறேன் என்பது உனக்குத் தெரியும். இதுவெல்லாம் முடிந்த பின்னர் என் கையில் பேப்பரும், பென்சிலும் கிடைத்தால் நிச்சயம் எழுதுவேன். ஆனால் அநேகமாக அப்போது இருட்டாக இருக்கும். நான் என்ன செய்வேனென்றால் ஒரு கையால் ரோர்ச் வெளிச்சத்தை அடித்துக்கொண்டு மற்றக் கையினால் பேனையை பிடித்து எழுதுவேன். உனக்குத் தெரியும், அது எத்தனை கடினமான காரியம் என்று. ஆனால் அன்று காற்ற டிக்குமானால் அதுகூடச் செய்ய முடியாது.'

'ஓகே. போதும்.போதும். என்ன தெரியுமா? நீ எனக்கு எழுதவே வேண்டாம்.'

நான் ரயிலில் ஏறியாகவேண்டிய தருணம் நெருங்கிவிட்டது. ஆனால் இப்படி மனக்குழப்பத்துடன் விடைபெற எனக்கு விருப்பமில்லை. தயங்கினேன்.

'கடவுளே! நீ உண்மையில் விசயங்களைத் திருப்பிவிடுகிறாய். என்னால் நம்பவே முடியவில்லை. என்னுடைய உயிரையே என் தாய்நாட்டுக்காக தியாகம் செய்ய நான் முன்வந்திருக்கிறேன். நீ என்னவென்றால் எல்லாத்தையும் பின்தள்ளிவிட்டு எப்படியாவது ஒரு பேப்பரும் பேனையும் சம்பாதித்து உனக்கு நான் ஒரு நீண்ட கடிதம் எழுதவேண்டும் என எதிர்பார்க்கிறாய். எனக்கு ஏதோ பள்ளிக்கூட வாத்தியார் வீட்டுப்பாடம் செய்யச் சொல்லி கட்டளையிட்டது போல இருக்கிறது. நான் என்ன சேக்ஸ்பியரா? யாராவது ஒவ்வொரு நாளும் கடிதம் எழுதவேண்டும் என்றால் அது நீதான். உனக்கு நேரம் இருக்கிறது. ஒரு மேசையும் இருக்கிறது.'

என்னுடைய பையை தூக்கினேன். 'சரி, நான் புறப்பட வேண்டும்.' பிரிவு முத்தத்திற்காக தலையைக் குனிந்தேன். பாம்பு கொத்த வந்ததுபோல அவள் பின்னால் தலையை இழுத்தாள். சற்றும்

அ.முத்துலிங்கம்

எதிர்பாராத இந்த நடவடிக்கையால் நசுங்கிப்போய் தலையை ஆட்டிவிட்டு ரயிலுக்குள் ஏறினேன். உள்ளே உட்கார்ந்தபின் வெளியே தலையை நீட்டினேன்.

'அலிஸ், இப்படியா நீ விடை கொடுப்பது?'

'நான் உண்மையைச் சொல்கிறேன். எனக்கு நீ கடிதம் எழுதவே வேண்டாம்.'

'ஓ, அப்படிச் சொல்லாதே!'

'இதோ உன்னுடைய மோதிரம். எனக்கு இது வேண்டாம்.'

என் நெற்றியில் பள்ளம் உண்டாகும்படி அதை வீசி எறிந்தாள். நான் வட ஆப்பிரிக்காவுக்கு போய்ச் சேரும் வரை அந்த அடையாளம் நெற்றியில் மறையவே இல்லை.

ரயில் புறப்பட்டபோது நான் மறுபடியும் மன்றாடினேன். 'அலிஸ், தயவுசெய்.' அவள் அசையாமல் நின்றாள். 'போய் வா.'

'ஓகே, ஓகே அலிஸ் நான் எழுதுகிறேன்.' ரயில் சத்தத்தை மீறிக் கூவினேன். 'நிச்சயம் எனக்கு யாராவது சில தாள்களும் ஒரு பேனையும் கடன் கொடுப்பார்கள்.'

'உன் புஜத்தில் ஒரு துப்பாக்கி குண்டு பாயட்டும். அப்பொழுது உனக்கு எழுதவேண்டிய அவசியமே இராது.' இப்படிச் சொன்னவாறே அவள் சட்டென்று திரும்பி நடந்தாள். நான் மறுபடியும் அவளை என் வாழ்நாளில் பார்க்கவே இல்லை.

கடைசியில் நான் பேப்பரைப் பற்றியும், பேனையைப் பற்றியும் சொன்னது அத்தனையும் உண்மையானது. யுத்தமுனையில் போராடியவர்கள் எல்லாம் எழுதுவதற்கு நேரம் கிடைக்கவில்லை என்று முறையிட்டார்கள். அவர்கள் கொண்டுவந்த பேப்பரும் கசங்கி சுருண்டுபோய் விட்டது. பேனை ஒன்றைக் கண்ணாலே காணவே முடியாது. அவை திருட்டுப் போய்க்கொண்டே இருந்தன. தபால் தலைபற்றி சொல்லவே தேவையில்லை.

தனிமையான ஓர் இரவில் நான் ஒரு கையால் ரோர்ச் வெளிச்சத்தை அடித்தபடி மறுகையால் அலிசுக்கு கடிதம் எழுதினேன். அது பெரிய துயரகரமான சம்பவத்தை விளைவித்தது. ரோர்ச் வெளிச்சம் ஜேர்மன் படையினருக்கு எங்கள் ரகஸ்ய இருப்பிடத்தை காட்டிக் கொடுத்துவிட்டது. என்னுடைய படைத் தலைவரும், நான் யாருடைய பையிலிருந்து பேப்பரை திருடினேனோ அவரும், துப்பாக்கி சூட்டில் இறந்து போயினர். எனக்கு புஜத்தில் குண்டுக் காயம் பட்டு துப்பாக்கி தூக்குவது இயலாத காரியம் ஆகிவிட்டது. பேனையை தூக்குவது பற்றி பேசவே வேண்டாம்.

❖

எக்ஸ் தந்த நேர்காணல்

சினிமா என்று வரும்போது நடிகர் நடிகைகளையே எல்லோரும் சந்திக்க விரும்புவார்கள். அடுத்து இயக்குநர். அதற்கும் அடுத்தபடியாக இசையமைப்பாளர். பின்னர் பாடகர் இப்படிப் போகும். நான் பார்க்க விரும்புவது தயாரிப்பாளர்களைத்தான். அவர்கள்மேல் நெடுங்கால மாக எனக்கு இருக்கும் ஈர்ப்பை வர்ணிக்கமுடியாது. அதைப்பற்றி விளக்கவும் இயலாது. அவர்கள் எதற்காக படம் தயாரிக்கிறார்கள்? பணமா அல்லது புகழா அல்லது கலைச் சேவையா? இந்தக் கேள்விக்கு மட்டும் என்னால் விடை கண்டுபிடிக்க முடியவில்லை.

திரைப்படம் சம்பந்தமாக ஏதாவது புத்தகத்தைக் கையில் எடுத் தால் நான் முதலில் படிப்பது தயாரிப்பாளர் பற்றித்தான். சமீபத்தில் இரண்டு சம்பவங்கள் படித்தேன். ஒன்று சின்னப்ப தேவர் பற்றி. பல வெற்றிப் படங்களைத் தொடர்ந்து தந்தவர் அவர். எம்.ஜி.ஆரை கதாநாயகனாக வைத்து 17 படங்கள் தயாரித்தவர். அது தவிர, அந்தக் காலத்தில் மிகவும் பிரபலமான ராஜேஷ் கன்னாவை ஒப்பந்தம் செய்து ஹிந்திப் படம் தயாரித்து புகழ் சம்பாதித்தவர். அப்படி புகழின் உச்சியில் இருந்தபோது அவர் இறந்துபோனார். அதன் பின்னர் அவர் குடும்பம் மோசமான பொருளாதாரச் சிக்கலில் மாட்டி மீண்டும் சீர்படவே இல்லை. காதலன், ஜெண்டில்மேன் போன்ற வெற்றிப் படங்களை தந்த தயாரிப்பாளர் குஞ்சுமோன் தன் மகனை வைத்து ஒரு படம் தயாரித்தார். சிம்ரன் கதாநாயகி. பல வருடங்கள் படம் இழுபட்டது. பணப் பிரச்சினையில் மாட்டி அவருடைய படம் வெளி வரவே இல்லை.

ஆனாலும் தயாரிப்பாளர்கள் தொடர்ந்து படங்களைத் தயாரித்த படியே இருக்கிறார்கள். இவர்களை என்ன தூண்டிவிடுகிறது? இதற் கான விடையைத் தேடுவது என்ற முடிவுடன் புலம்பெயர்ந்த ஈழத்து தயாரிப்பாளர் ஒருவரை அணுகினேன். என்னுடைய வேண்டுகோள் அவருடன் ஒரு மணிநேரம் பேசவேண்டும் என்பதுதான். 'இன்றைக்கு சந்திப்போம், நாளைக்கு சந்திப்போம்' என்று இழுத்தடித்தார். கடைசி யில் ஒரு நாள் சம்மதித்தார். ஆனால் அவர் போட்ட நிபந்தனைதான் விசித்திரமானதாக இருந்தது.

'நான் சிறையில் இருந்தவன், உங்களுக்குத் தெரியுமா?' என்றார்.

நான் கொஞ்சம் தடுமாறிவிட்டேன். அவரை சினிமா தயாரிப் பாளர் என்ற முறையில்தான் நான் அறிந்திருந்தேன். ஆனால் முகத்தில் ஒன்றையும் காட்டாமல் 'உங்கள் பெயரை எப்படி எழுதவேண்டும்?' என்று கேட்டேன். சில விசயங்களை ஆரம்பத்திலேயே தெளிவு படுத்திவிடுவது நல்லது,

'என் பெயரை போடவேண்டாம், அதுதான் நிபந்தனை' என்றார்.

'ஆனால் நீங்கள் சொல்லப்போகும் சம்பவங்களில் இருந்து வாசகர்கள் ஊகித்துவிடுவார்களே.'

'அதனாலென்ன. அவர்கள் உழைப்புக்கும், கடும் விடா முயற் சிக்கும் கிடைத்த பரிசாக அது இருந்துவிட்டுப் போகட்டும்.'

'உங்கள் பெயருக்குப் பதிலாக கற்பனை பெயர் ஒன்றைப் போடலாமா?'

'அது பொய்யாகிவிடும்.'

'உங்கள் பெயரும் போடக்கூடாது; கற்பனைப் பெயரும் போடக் கூடாது என்றால் எப்படி நேர்காணல் செய்வது.'

'சரி, எக்ஸ் என்று போடுங்கள்.' அப்படியே முடிவானது.

சமீபத்தில் தமிழ்மகன் எழுதிய செல்லுலாயிட் சித்திரங்கள் புத்தகத்தில் அவர் ஒரு சம்பவத்தை விவரிக்கிறார். ஒருமுறை இயக்குநர் கஸ்தூரி ராஜா வீட்டுக்குப் போகிறார். அப்பொழுது அவர் 'துள்ளுவதோ இளமை' படப்பிடிப்பில் இருக்கிறார். அவருடைய மகன் தனுஷ் நடிக்கும் முதல் படம். 'சினிமாவில் சம்பாதிச்ச அத்தனை காசையும் சினிமாவில் விட்டாச்சு. இந்தப் படமும் காலை வாரினால் சொந்த ஊர்லே போய் செட்டில் ஆகவேண்டியதுதான்' என்று கஸ்தூரி ராஜா சொல்கிறார். நல்ல வேளையாக படம் அபார வெற்றி பெற்றது. கஸ்தூரிராஜா தப்பினார்.

இவர்கள் எல்லாம் ஒரு சூதாட்டம் போலத்தான் பெரிய எதிர்பார்ப்புடன் படம் எடுக்க வருகிறார்கள். பணம் முக்கியமான தாகத் தெரியவில்லை. குறிக்கோள் புகழில்தான். அதை நோக்கித்தான் பலருடைய படையெடுப்பு இருக்கிறது. பல படங்கள் நிறைய பொருட்செலவில் எடுத்து வெளியே வருவதே இல்லை. சில படங்கள் வெளிவந்தும் பிரயோசனமில்லை. தயாரிப்பாளர் நட்டமடைகிறார். இவற்றைத் தாண்டி ஒரு திரைப்படம் வெற்றி பெறுவது அபூர்வம் தான்.

மிஸ்டர் எக்ஸ் என் கேள்விக்காகக் காத்திருந்தார். ஒட்டவெட்டிய தலைமுடி, வெள்ளையும் கறுப்பும் கலந்து தெரிகிறது. வெள்ளை உடையில் கம்பீரமாகக் காட்சியளிக்கிறார்.

'எதற்காக உங்களைச் சிறையில் அடைத்தார்கள்?'

'இந்த விசயம் பலபேருக்கு தெரியாது. 1970இல் மாணவர் பேரவையை ஆரம்பித்தது நாங்கள்தான். நாங்கள் என்றால் குட்டிமணி, சபாரத்தினம் இப்படி 42 பேர். என்னுடைய வேலை மாணவர்களைத் தயார் படுத்துவது. அவர்களுக்கு பயிற்சி அளிப்பது.'

'எப்படி நீங்கள் பயிற்சி கொடுப்பீர்கள்? ஆயுதப் பயிற்சியா?'

'நான் கராத்தே கறுப்பு பெல்ட், அதுதான் என்னுடைய தகுதி. இது தவிர 'மொலட்டோவ் கொக்ரெயில்' செய்வதில் நிபுணத்துவம் அடைந்திருந்தேன். அப்பொழுது எங்களிடம் இருந்த ஆயுதம் அது ஒன்றுதான். போத்தலில் திரியை பற்றவைத்து எறிவது. பெரிய சேதம் விளைவிக்காது, ஆனால் வெடிச்சத்தத்தை தொடர்ந்து பக்கென்று தீப்பிடிக்கும். பொலீஸ் இன்ஸ்பெக்டர் பஸ்தியாம்பிள்ளை என்னைப் பிடித்து சிறையில் தள்ளிவிட்டார். நான் இரண்டு வருடம் சிறையில் இருந்தேன். வெளியே வந்ததும் லண்டனுக்கு படிக்கப் போய் விட்டேன்.'

'எப்படி போராளியான உங்களுக்கு படம் தயாரிக்கும் எண்ணம் வந்தது?

'நான் ஒரு சினிமாப் பைத்தியம் என்று சொல்லலாம். நான் மாத்திரமில்லை. எங்கள் வீட்டிலே எல்லோரும்தான். நான் பத்து வயதுப் பையனாக இருந்தபோது 'கல்யாணப் பரிசு' படம் வந்தது. குறைந்தது பத்து தடவை அந்தப் படத்தை பார்த்திருப்பேன். எந்தத் திரைப்படத்திலிருந்தும் ஏதோ ஒரு வசனத்தை சொன்னால் எங்கள் வீட்டில் எல்லோரும் போட்டி போட்டுக்கொண்டு அந்த வசனம் வந்த படத்தின் பெயரையும், யார் அதைப் பேசினார், எந்தச் சமயத் தில் பேசினார் என்ற விவரங்களையும் பட்டென்று சொல்லிவிடும் திறமை பெற்றிருந்தார்கள்.

'லண்டனில் பொறியாளர் படிப்பை முடித்து வேலைபார்க்க ஆரம்பித்தேன். ஆலோசகராக வேறு வேறுநாடுகளுக்கும் பயணித் தேன். நிறைய சம்பாதிக்க முடிந்தது. இந்தியா போனபோது படம் எடுக்கும் நோக்கமே எனக்கு இல்லை. முதன்முதலாக பாலு மகேந்தி ராவைச் சந்தித்தேன். அவர் ஒரு படக்கதை எழுதி வைத்துக் கொண்டு தயாரிப்பாளரைத் தேடியபடி இருந்தார். தான் எடுக்கப் போகும் படத்துக்கு விருது கிடைக்கும் என்பதில் அவருக்கு சந்தேகமே இல்லை. நான் ஒரு கேள்வியும் கேட்கவில்லை. அவர் படம் எடுக்கத் தேவையான பணத்தை அவர் கையில் கொடுத்தேன். முழுசாக ரூ20 லட்சம். ஒருவித ஒப்பந்தமும் கிடையாது. அவர் எடுத்த படத்தின் பெயர் 'வீடு.' பாலு மகேந்திரா சொன்னதுபோலவே இரண்டு தேசிய விருதுகள் கிடைத்தன. சிறந்த படத்துக்கான விருது. சிறந்த நடிகைக்

கான விருதை அதில் நடித்த அர்ச்சனா பெற்றுக்கொண்டார். ஜனாதிபதி ராதாகிருஷ்ணனிடமிருந்து விருதைப் பெறுவதற்கு லண்டனில் இருந்து நானும் மனைவியும் தயாரிப்பாளர்கள் என்ற முறையில் டெல்லிக்கு பயணம் செய்தோம். அங்கே கமல்ஹாசனும் வந்திருந்தார். நாயகன் படத்துக்கு அவருக்கு சிறந்த நடிகருக்கான விருது கிடைத்திருந்தது. ஆனால் என்ன பிரயோசனம்? படத்தை விற்க முடியவில்லை. செலவழித்த பணத்தில் ஒரு ரூபா கூட எனக்குத் திருப்பிக் கிடைக்கவில்லை.

அதற்குப் பிறகு கலைச் சேவையை விட்டுவிட்டு நல்ல லாபம் ஈட்டக்கூடிய படம் ஒன்று எடுக்க வேண்டும் எனத் தீர்மானித்து அப்பொழுது மிகப் பிரபலமாக இருந்த நடிகர் சிவக்குமார், ராதிகா போன்றவர்களை அணுகினேன். இவர்களுடைய படங்கள் தொடர்ந்து 100 நாட்கள் ஓடி வெற்றிகண்டிருந்தன. இளையராஜா இசையில் படம் பிரமாதமாக வந்திருந்தது. படத்தின் பெயர் 'பகலில் பௌர்ணமி'. இந்தப் படத்திற்காக என்னுடைய லண்டன் வீட்டை விற்கவேண்டி நேர்ந்தது. படம் வெற்றிபெற்றதும் புது வீடு ஒன்றை வாங்கிவிடலாம் என்ற முழுநம்பிக்கை இருந்தது. இப்பொழுது நினைத்துப் பார்த்தாலும் ஒரு புதிர்தான். படத்தை விற்கவே முடியவில்லை.

பிறகு என்ன செய்தீர்கள்?

அத்துடன் நான் சினிமா பக்கம் திரும்பிப் பார்ப்பதில்லை என்ற தீர்மானத்துடன் இருந்தேன். நான் கனடாவுக்கு புலம்பெயர்ந்து அங்கே கம்பனி ஆரம்பித்து எல்லாமே நல்லாய் போய்க் கொண்டிருந்தது. என்ன காரணமோ மீண்டும் ஒரு படம் எடுக்கவேண்டும் என்ற ஆசை துளிர்த்தது. இந்தப் பிழை என் வாழ்நாளில் மறக்க முடியாத ஒன்று. இந்தியாவுக்கு திரும்பினேன். 'பூவே என்னை நேசி' என்ற படம் ரூ 30 லட்சத்திற்குள் திருப்தியாக முடிந்துவிட்டது. படம் வெளியாவதற்கு சில நாட்களே இருந்தன. ஆனால் நான் அவசரமாக கனடாவில் ஒரு திருமணவிழாவில் கலந்துகொள்ள வேண்டிய நிர்ப்பந்தம். இரண்டே நாள்தான். திருமணத்தை முடித்துவிட்டு கனடாவிலிருந்து பாரிஸ் வழியாகத் திரும்பினேன். பாரிசில் வேறு ஒரு விமானத்துக்கு மாறவேண்டும். அங்கே ஒரு கடையில் எனக்குப் பழக்கமான பாட்டு ஒலித்துக்கொண்டு இருந்தது. அது நான் எடுத்த படத்தில் வரும் பாட்டு. எட்டிப் பார்த்தேன். டிவியில் என் படம் ஓட பலர் உட்கார்ந்து பார்த்துக்கொண்டிருந்தனர். அதிர்ச்சியில் தலை சுற்றி மயங்கிவிடுவேன் போல வந்தது. எனக்குத் தெரியாமல் லாப்பிலிருந்து படத்தை விற்றுவிட்டார்கள். நான் இந்தியாவுக்கு போகவே இல்லை. டிக்கட்டை மாற்றி வேறு விமானம் பிடித்து கனடா திரும்பினேன்.

அந்த அனுபவத்துக்கு பிறகு சினிமா பக்கமே திரும்புவதில்லை என்று தீர்மானித்திருப்பீர்களே?

இல்லையே. ஒரு உத்வேகம் கிடைத்தது. எப்படியும் இதில் வெற்றி பெற்றுக் காட்டவேண்டும் என்ற இனம் புரியாத ஆர்வம். நாலாவது படம் எடுத்தபோது அதி கவனம் செலுத்தினேன். என்ன மாதிரி பிழைகள் விடக்கூடாது என்பதில் எச்சரிக்கையாக இருந்தேன். எனக்கு நன்கு பழக்கமான இயக்குநர் என்றபடியால் என் மனதில் நினைத்தபடி படத்தை எடுத்து முடித்துவிடலாம் என்று எண்ணி னேன். அங்கேதான் ஒரு பிழைவிட்டேன். முதல் இரண்டு மூன்று காட்சிகள் எடுத்து முடிந்ததும் இயக்குநர் மாறிவிடுவார். உங்கள் கட்டளையை அவர் நிறைவேற்றியதுபோய் அவர் உங்களுக்கு கட்டளை இடத் தொடங்குவார். அவரோடு முரண்பட்டால் படம் நின்று போகும். அதிக பணத்தை விழுங்கியது இந்தப் படம்தான். அந்தக் காலத்திலேயே ஏறக்குறைய ஒரு மில்லியன் டொலர்கள். படத்தின் பெயர் 'அடைக்கலம்' . பிரசாந்த், தியாகராஜன், சரண்யா, ராதாரவி, உமா, நளினி ஆகியோர் நடித்தது. ஆனால் படத்தை ஒருவருமே வாங்கவில்லை. அதுவும் முழுத் தோல்வி.

எப்படி 'பகலில் பௌர்ணமி' தோல்வி அடைந்தது என்பதற்கு மிஸ்டர் எக்ஸிடம் ஒரு பதிலும் கிடையாது. இளையராஜா இசை யமைத்தது. புகழ் உச்சியில் இருக்கும்போதே ராதிகாவும், சிவகுமாரும் நடித்தது. நடிகர் சிவக்குமாருடைய ஞாபகசக்தி எனக்குத் தெரியும். அத்துடன் அவர் தினம் டைரி எழுதும் பழக்கமும் வைத்திருந்தார். ஆகவே அவரிடமே கேட்கலாம் என நினைத்து ஒரு நாள் அவரை டெலிபோனில் அழைத்தேன். சில விசயங்கள் பேசிவிட்டு 'பகலில் பௌர்ணமி' படம் ஏன் தோல்விடைந்தது என்று அவரிடம் கேட்டேன். அவர் அந்த விசயத்தை மறந்துவிட்டார். நான் நடிகர்களை நினைவூட்டினேன். 'அப்படியா?' என்றார். மேற்கொண்டு ஒன்றுமே சொல்லவில்லை.

சில நாட்கள் கழித்து ஒரு மின்னஞ்சல் வந்தது. பூவைக் கேட்ட வனுக்கு பூங்காவனமே கொடுத்தது என்று பாடல் உள்ளது. அது போல அவர் டைரிக் குறிப்புகளை படம் எடுத்து அப்படியே அனுப்பி யிருந்தார். நம்ப முடியவில்லை. 28 வருடங்களுக்கு முந்தைய டைரிக் குறிப்புகள். சனிக்கிழமை, 1989 பிப்ரவரி 25இல் இப்படி எழுதியிருந் தது:

'சினிமாஸ்கோப் படத்தில் கதாநாயகனாக இப்போதுதான் நடிக்கிறேன். ஹனீபா கதை வசனம் எழுதி இயக்கும் இப்படத்தை அஜயன் வின்சென்ட் ஒளிப்பதிவு செய்ய இசையமைப்பாளர் இளையராஜா ஒப்பந்தமாகியுள்ளார். நானும் ராதிகாவும் ரகுமான்

லிசி, ரகுவரன் சோமையாஜுலு ஆகியோரும் நடிக்கின்றோம். இன்று காலை 7.45 க்கு படப்பிடிப்பு துவங்கியது. முரசொலி செல்வம் காமிராவை முடுக்கிவைத்து வாழ்த்திச் சென்றார். திருவான்மியூரில் SKR விஸ்வநாதன் என்ற எஞ்சினியர் வீட்டில் படப்பிடிப்பு நடக்கிறது.'இதுதான் முதல் நாள் படப்பிடிப்பில் அவர் எழுதிய டைரிக் குறிப்பு. இப்படி தொடர்ந்து எழுதிக்கொண்டே போகிறார். படம் தோல்வியடைந்ததற்கான குறிப்பு ஓர் இடத்திலும் காணப்படவில்லை.

மறுபடியும் நடிகர் சிவக்குமாரை தொலைபேசியில் அழைத்தேன். அவர் சொன்னது வேறுமாதிரி இருந்தது. 'தயாரிப்பாளர்தான் எல்லாம். ஒருவர் நடித்த படம் பாதியில் நின்றுபோகலாம். பணம் போதாக்குறையினால் நடித்து முடிந்த பின்னர் வெளிவராத படங்கள் ஏராளமாக இருக்கின்றன. நான் நடித்த 'காக்கும் கரங்கள்' படத்தில் 600 அடி நீளமான காட்சி ஒன்று. மூன்று நாட்களாக தொடர்ந்து படம் பிடித்தார்கள். படம் வெளியானதும் நான் என் நண்பர்களைக் கூட்டிக்கொண்டு அதைப் பார்க்கப் போனேன். அந்தக் காட்சியையே வெட்டிவிட்டார்கள். எனக்கு பெரிய அவமானமாகிவிட்டது. படம் ஒருவாரம் ஓடி முடிந்த பின்னர்கூட தயாரிப்பாளர்கள் காட்சிகளை வெட்டி இருக்கிறார்கள்' என்றார்.

தயாரிப்பாளர் சர்வ வல்லமை பொருந்தியவர்தான். ஆனால் எதற்காக அவர்கள் தங்களை முற்றாக அழித்துக் கொள்ளும்வரை தோல்வியை நோக்கியே நகர்கிறார்கள். இதை எக்ஸ்சிடம் கேட்க வேண்டும் என நினைத்தேன். அவரைத் தேடி நான் போகவேண்டிய அவசியம் நேரவில்லை. தற்செயலாக ஒரு விழாவில் அவரைச் சந்தித்தேன். அதே கம்பீரத்துடன் காணப்பட்டார். தான் ஐந்தாவது படம் எடுக்கப் போவதாகச் சொன்னார். 'சினிமாவில் கதை தேர்வு, இயக்குநர், நடிகர்கள், இவை ஒன்றுமே முக்கியமில்லை. வியாபார நுட்பம்தான் பிரதானம்' என்றார்.

'இத்தனை படங்கள் எடுத்து தோல்வி. மீண்டும் எடுக்க வேண்டுமா?' என்று கேட்டேன்.

எக்ஸ் நிமிர்ந்து நின்றார். அவர் உயரம் ஓர் அடி கூடியது. கராத்தே கறுப்பு பெல்ட் என்பது நினைவுக்கு வந்தது. திடீரென்று முகத்தில் ஒரு வெறி. மொலட்டொவ் கொக்ரெயில் திரியை பற்ற வைத்து எறிய முன்னர் ஒருவருடைய முகம் கொஞ்சம் சிவக்குமே அப்படி செம்மை படர்ந்தது.

'தோல்வியை ஒப்புக்கொள்வதற்கா இந்த மனிதப் பிறப்பு. இது ஒரு சவால். விட்டதைப் பிடிக்க வேணும்' என்றார்.

❖

எதிர்பாராதது

ஒரு பிரபலத்தை நேர்காணல் செய்வதற்கு எனக்கு ஒரு வருட காலம்கூட அலையவேண்டி இருந்திருக்கிறது. என் வாழ்க்கையில் பலரை நேர்காணல் செய்திருக்கிறேன். பிரபல எழுத்தாளர்கள், நடிகர்கள், விஞ்ஞானிகள், அரசியல்வாதிகள், இயக்குநர்கள், பாடகர்கள் என்று சொல்லிக்கொண்டே போகலாம். இவர்கள் இலகுவில் நேரத்தை ஒதுக்கித் தரமாட்டார்கள். தட்டிக் கழிக்கவே செய்வார்கள். ஆனால் சமீபத்தில் எனக்கு ஒரு சின்ன அதிர்ஷ்டம் அடித்தது. நான் தேடிப்போகாமல் அதுவாகவே என்னிடம் வந்தது. நான் கனவிலும் எதிர்பாராத ஓர் உலகப் பிரபலமான நடிகருடன் பத்து நிமிடம் பேசும் வாய்ப்பு. துயரம் என்னவென்றால் என்னால் நேர்காணலுக்கு தயாராக முடியவில்லை. அது தற்செயலாக நடந்தது.

பஸ் புறப்பட்டுவிட்டது. நான் கடைசி ஆசனத்தில் உட்கார்ந்தேன். அது ஒன்றுதான் இருந்தது, மீதி எல்லாம் நிரம்பிவிட்டது. இனி ஒருவரும் ஏறப்போவதில்லை, ஏறினாலும் இடமில்லை என்று யோசித்துக் கொண்டிருந்தபோது ஓடிய பஸ் திடீரென்று நின்று கதவு திறந்தது. இரவு மணி ஒன்பது ஆனாலும் கோடைகாலம் என்பதால் அமெரிக்காவின் சியாட்டில் நகரத்து சூரியன் முழுதும் மறையாமல் தயக்கம் காட்டியபடியே நின்றான். பஸ்ஸினுள் பாதி இருள் பாதி வெளிச்சம். கையிலே மதுக் கிண்ணத்தை ஏந்தியபடி உயரமான ஓர் உருவம் ஏறி ஒவ்வொரு இருக்கையாகப் பார்த்தபடி கடைசி ஆசனத்துக்கு வந்தது. நான் என்னைச் சுருக்கி இடம் விட்டேன். வந்தவர் என்னை நெருக்கிக் கொண்டு உட்கார்ந்து நன்றி என்றார்.

அவர் வேறு யாரும் அல்ல. பிரபல நடிகர் ஹாரிசன் ஃபோர்ட். ஸ்டார் வார்ஸ் படத்தில் நடித்து புகழ் பெற்றவர். இவருக்கு பெயர் வாங்கிக் கொடுத்த இன்னொரு படமான இண்டியானா ஜோன்ஸ் இலங்கையில் கண்டி நகரத்தில் படம்பிடிக்கப்பட்டது. இந்தி நடிகர் அம்ரிஷ் பூரி அதில் நடித்திருப்பார். இவர் நடித்த படங்களில் எனக்குப் பிடித்தது என்றால் அது Air Force One தான். அமெரிக்க ஜனாதிபதியாக நடித்திருப்பார். ரஸ்யாவுக்கு போய்விட்டுத் திரும்பும்போது அவருடைய விமானம் பயங்கரவாதிகளால் கடத்தப்பட்டு விடுகிறது. முன்னாள் ராணுவவீரரான ஜனாதிபதி கடத்தல்காரர்களுடன் போராடி வெற்றியீட்டும் கதை.

அன்று மதியம் நடந்த விருந்தில் கலந்து கொண்டிருந்தபோது என்னை அவருக்கு அறிமுகப்படுத்தினார்கள். என்ன பேசுவது? 'நீங்கள் நடித்த படம் பார்த்தேன். உங்கள் நடிப்பு அமோகமாயிருந்தது' அப்படிச் சொல்வதா? நான் ஒன்றுமே பேசவில்லை. பிரபலமில்லாத வர்களுடன் சம்பாசணை தொடங்குவது எளிதானது. எனக்குப் பக்கத்தில் ஒருவர் அமர்ந்திருந்தார். வயது 30–35 இருக்கும். சாதுவான முகம். தன் நீண்ட தலைமுடியை பாம்புபோல வட்டம் வட்டமாகச் சுருட்டி தலைக்குமேல் வைத்திருந்தார். ஏதாவது பேசவேண்டுமே என்று 'என்ன செய்கிறீர்கள்?' என்று சாதாரணமாகக் கேட்டு வைத்தேன். அவரும் சாதாரணமாகவே பதில் சொன்னார். 'இசை ஞானம் உள்ளவர்கள் சிலர் வசதிக் குறைவால் தங்கள் இசையை குறுந்தகடாக வெளியிட முடியாமல் இருக்கிறார்கள். அவர்களுக்கு உதவுகிறேன்' என்றார். 'நல்ல பணி' என்றேன்.

பின்புதான் தெரிந்தது அந்த இளைஞர் ஒரு பில்லியனர் என்று. விருந்துக்கு இன்னொரு மாநிலத்திலிருந்து சொந்த விமானத்தில் வந்திருந்தார். என் பக்கதில் உட்கார்ந்திருந்த இன்னொருவர், 30 வருடத்துக்கு மேல் ஆப்பிரிக்காவில் எனக்குப் பழக்கமானவர் சொன்னார், இப்படியான விருந்துகளில் 'நீங்கள் என்ன செய்கிறீர்கள்' என்று கேட்கக்கூடாது. அப்படிக் கேட்டால் அவர்கள் அன்று காலை செய்ததைத்தான் சொல்வார்கள். நீங்கள் என்ன துறையில் ஈடுபட்டி ருக்கிறீர்கள் என்று கேட்கவேண்டும். இவர்கள் பணம் சம்பாதிப்பது எப்படி என்று சிந்திப்பதை நிறுத்திவிட்டார்கள். ஏற்கனவே சம்பாதித் ததை என்ன அறக்கட்டளைக்கு, எப்போது, எவ்வளவு கொடுக்க வேண்டும் என்பதைத் திட்டமிடுவதிலேயே பெரும்பாலான நேரத்தை செலவிடுகிறார்கள்.

ஆகவே பஸ்ஸிலே பக்கத்தில் அமர்ந்த ஹாரிசனிடம் எப்படி சம்பாசணையை ஆரம்பிப்பது என்று யோசித்தேன். அந்தப் பிரச்சி னையை அவரே தீர்த்தார். மதுவை ஒரு மிடறு விழுங்கிவிட்டு 'நீங்கள் கனடாவிலிருந்து வந்திருக்கிறீர்கள். இல்லையா?' என்றார். மதிய விருந்தில் சந்தித்ததை ஞாபகம் வைத்திருக்கிறார். 'நான் கனடாவில் ஒரு படம் நடித்திருக்கிறேன். ஆனால் பெயர் மறந்துவிட்டது' என் றார். 'நீர்மூழ்கிக் கப்பல் படமா?' என்றேன். ஆமாம் என தலை யாட்டினார். அவர் ஒரு ரஸ்ய நீர்மூழ்கிக் கப்பல் காப்டனாக நடித் திருந்தார். படம் முழுக்க கடலுக்கு அடியில் நடந்தாலும் விறுவிறுப் புக்கு குறைவில்லை. 'படத்தின் பெயர் K19' என்றேன். அவர் ஆமாம் என்றபடி இன்னொரு மிடறு குடித்தார்.

'உங்கள் சுயசரிதையை எழுதும் திட்டம் ஏதாவது உண்டா?' என்றேன். 'சுயசரிதையா? நானா? ஏன் எழுதவேண்டும்?' உங்கள் கதை சுவாரஸ்யமானது. மற்றவர்களுக்கு பயனுள்ளதாக இருக்கும்.

'எப்படிச் சொல்கிறீர்கள்?' நடிக்க வாய்ப்புத் தேடி நீங்கள் அலைந்திருக்கிறீர்கள் என்று படித்திருக்கிறேன். உங்களுக்கு கிடைத்த அநேகமான வாய்ப்புகள் தற்செயலானவை. அது பற்றி எழுதலாமே?'

'வாழ்க்கையில் எல்லாமே தற்செயலாக நடப்பவைதான். நீங்கள் யாருடைய வாழ்க்கையை எடுத்துப்பார்த்தாலும் அப்படித்தான் இருக்கும். திட்டமிட்டு அதன்படி வாழ்க்கையை வாழ்ந்தவர்கள் இந்த உலகில் யாருமே இல்லை.'

'உங்கள் வாழ்க்கையைப் பதிவு செய்வதில் அப்படி என்ன பிரச்சினை?'

'என் வாழ்க்கையை நான் பதிவு செய்யக்கூடாது. அதை மற்றவர்கள் செய்யவேண்டும். அப்பொழுதுதான் அது உண்மையாக இருக்கும். சுயசரிதை எழுதுபவர்கள் தங்கள் உண்மை வாழ்க்கையை மறைக்கத்தான் எழுதுகிறார்கள்.'

'நீங்கள் ஸ்டீபன் ஸ்பீல்பெர்க் இயக்கத்திலும் நடித்திருக்கிறீர்கள். ஜோர்ஜ் லூகாஸுடன் ஆரம்பத்திலிருந்து வேலை பார்த்திருக்கிறீர்கள். அவர்களுடனான உங்கள் அனுபவம் எப்படி இருந்தது?'

அவர் பதில் சொல்ல முன்னர், பஸ்ஸின் முன் இருக்கையிலிருந்து ஓர் இளைஞன் எழுந்து எங்களை நோக்கி நடந்து வந்தான். அவன் ஹாரிசனைப் பார்த்து 'உங்கள் டிரிங்கில் கொஞ்சம் தர முடியுமா?' என்று கேட்டான். நான் திடுக்கிட்டு ஹாரிசனை திரும்பிப் பார்த்தேன். அவர் 'தாராளமாக' என்று சொல்லிக் கொண்டே தன் கிளாசை நீட்டினார். அந்த இளைஞன் அதை வாங்கி ஒரு வாய் குடித்துவிட்டு கிளாஸை திரும்பவும் கொடுத்தான்.

ஹாரிசன் என் கேள்வியை மறக்காமல் தொடர்ந்தார். 'நான் நடிக்க வந்ததே எதிர்பாராத ஒன்று. நானாகவே தச்சு வேலை கற்று என் வாழ்க்கையை ஓட்டிக்கொண்டு இருந்தேன். ஜோர்ஜ் லூகாஸின் ஸ்டார் வார்ஸ் படத்தில் நடிகர்களுக்கு வசனம் பேசக் கற்றுக் கொடுத்தேன். என்னை நடிக்கச் சொன்னார்கள். அவர்கள் சொல்லித் தந்ததை அப்படியே நடிப்பதுதான் என் வேலை. ஒவ்வொருவரிடமும் நிறையக் கற்றிருக்கிறேன். இவர்தான் உயர்வு என்று சொல்வதற்கு எனக்கு ஒருவரும் இல்லை. நடித்து முடிந்த பின்னர் அதைப்பற்றி எல்லாம் யோசிப்பதே இல்லை. உடனேயே மறந்துவிடுவேன்.'

இப்படிக் கதைத்துக்கொண்டு வந்தபோது நான் தங்கும் ஹொட்டல் வந்துவிட்டது. நான் விடை பெற்றேன். என்னை இறக்கிவிட்டு போன பஸ்ஸில் அவர் போனார். யாரோ பயணி குடித்து மிச்சம் விட்ட மதுக் கிளாசும் அவருடன் போனது.

❖

ஊபர்

சிலருக்கு எங்கே போனாலும் ஒரு பிரச்சினை வரும். சிலர் பிரச்சினையை தங்களுடன் எடுத்துக்கொண்டு செல்வார்கள். நான் இரண்டாவது வகை. எங்கே போனாலும் என் கைப்பைபோல பிரச்சினையும் வந்துவிடுகிறது. இப்பொழுது பொஸ்டனுக்குப் போனபோதும் இப்படி நடந்தது.

ஒருநாள் காலை நண்பரிடமிருந்து அழைப்பு ஒன்று வந்தது. 'ஒரு சந்திப்பு ஏற்பாடு செய்திருக்கிறோம். வரமுடியுமா?' வழக்கம்போல சரி என்று சொல்லிவிட்டு பின்னர் எப்படிப் போவது என்று யோசிக்க ஆரம்பித்தேன். இத்தனை காலமாக செல்பேசியில் ஊபரை பயன்படுத்தியது கிடையாது. அழைத்தேன். நாலு வாகனங்கள் அருகாமையில் இருந்தன. அதில் ஒன்று 5 நிமிட தூரம் என்று சொன்னது. அதையே தெரிவுசெய்தேன். சிறிது நேரத்தில் கார் வர நான் ஏறி அமர்ந்தேன்.

ஊபரில் ஒரு வசதி என்னவென்றால் நீங்கள் ஒன்றுமே செய்யத் தேவையில்லை. சாரதியிடம் நான் போகவேண்டிய முகவரி இருந்தது. எத்தனை மணிக்கு அங்கே போய்ச்சேருவேன் என்ற தகவலும், கட்டண விவரமும் என்னிடம் இருந்தன. போகவேண்டிய இடம் வந்ததும் இறங்கிச் செல்லலாம். பணம் கொடுக்கத் தேவையில்லை. அது நேராக கடன் அட்டை மூலம் ஊபர் கம்பனிக்கு போய்விடும். சாரதியுடன் பேசவேண்டிய அவசியமே கிடையாது.

காருக்குள் ஏறி அமர்ந்தவுடன் என் வழக்கப்படி வணக்கம் சொன்னேன். அவரும் சொன்னார். ஆர்மீனியாவில் இருந்து குடி பெயர்ந்த அகதி அவர். சொந்த நாட்டில் சுற்றுச்சூழலில் முனைவர் பட்டம் பெற்றவர், இங்கே வாடகைக் காரோட்டுவதாகச் சொன்னார். ஆங்கிலம், ரஸ்யன் மற்றும் ஆர்மீனியன் மொழிகளில் சுற்றுச்சூழல் விழிப்புணர்வு கட்டுரைகள் எழுதுகிறார். வேலைக்கு விண்ணப்பித்துக் கொண்டே இருக்கிறார், கிடைக்கவில்லை. 'இங்கே என்ன முக்கிய மான பிரச்சினை பற்றி எழுதுகிறீர்கள்? 'ஆந்தைகள் அழிந்துகொண்டு வருகின்றன. அதைப்பற்றி எழுதுகிறேன்' என்றார்.

ஒரு நாளைக்கு 12 மணி நேரம் வேலை செய்கிறார். 10–15 பயணம் கிடைக்கிறது. வெள்ளிக்கிழமைகளில்தான் ஆகக் கூடிய வருமானம். சிலவேளை இரவிரவாக வேலை செய்வதாகச் சொன்னார். இவருடைய வருமானத்தில் 20 வீதம் ஊபர் பிடித்துக்கொள்கிறது. மீதி அவருக்கு மட்டு மட்டாக இருக்கிறது. மிகவும் கஷ்டமான சீவனம் என்று கவலைப்பட்டார். 'தளராதீர்கள், விரைவில் வெற்றி கிட்டும்' என்று உற்சாகப்படுத்தினேன். நான் இறங்கும் இடம் வந்ததும் நெஞ்சிலே வலது கையை வைத்து 'சானெட் ரானெம்' என்றேன். அவர் திகிலடித்ததுபோல படாரென்று காரைவிட்டு இறங்கி வலது கையை நெஞ்சிலே வைத்து 'சானெட் ரானெம்' என்றார். ஆர்மீனிய மொழியில் அதன் பொருள் 'உன்னுடைய வலியை நான் எடுத்துக் கொள்கிறேன்.' ஆர்மினியாவில் தாய்மார் குழந்தைகளை ஆற்றும் போது முதுகிலே தட்டி 'சானெட் ரானெம்' என்று சொல்வார்கள். அதுவே நாளடைவில் ஒருவருக்கு ஒருவர் கூறிக்கொள்ளும் முகமன் வார்த்தையாக மாறியது. உலகத்து முகமன் வார்த்தைகளில் இது மிகச் சிறந்தது என்று நான் நினைப்பதாகச் சொன்னேன். 'உங்களுக்கு எப்படித் தெரியும்?' என்றார். மொகமட் நாஸிகு அலி என்பவர் பிரபல ஆங்கில எழுத்தாளர். அவர் எழுதிய கதை ஒன்றைப் படித்து தெரிந்து கொண்டேன் என்றேன். அவர் கண் கலங்கியது. குனிந்தபடி காரில் ஏறிப் புறப்பட்டார்.

நான் சந்திப்பு நடக்கும் இடத்தை நோக்கி நடந்தேன். அரை மணி நேரத்தில் வந்த காரியம் முடிந்துவிட்டது. திரும்பவும் வாசலுக்கு வந்து ஊபரை அழைத்தேன். அது வேலை செய்யவில்லை. பலமுறை அழைத்துக் களைத்துப்போய் வரவேற்பு பெண்மணியிடம் ஒரு டாக்சி வரவழைக்கச் சொன்னேன். அவர் 'அது தேவையில்லை. வலது பக்கம் திரும்பி நேரே போனால் அங்கே ஒரு ஹொட்டல் இருக்கும். அதன் முகப்பில் பல டாக்சிகள் நிற்கும்' என்றார்.

நீளத்துக்கு வாடகைக் கார்கள் நின்றன. முதலாவது கார் சாரதியிடம் என் முகவரியைச் சொல்லிவிட்டு ஏறி உட்கார்ந்தேன். மறுபடியும் என் முகவரியைக் கேட்டார். சொன்னதும் அதை புவிநிலை காட்டியில் (GPS) பதிவு செய்ய முயன்றார். மறுபடியும் கேட்டார். சொன்னேன். அது வேலை செய்யவில்லை. கதவை படாரென்று திறந்து இறங்கி நின்றார். தொப்பியை கழற்றி கையிலே அடித்தார். தலைமுடி இரண்டு மடங்கு பெரிசாகி அதுவே ஒரு பெரிய தொப்பிபோல காணப்பட்டது. தலையை சொறிந்தார். ஏதோ யோசித்து பின்னால் நின்ற டாக்சி சாரதியின் செல்போனை இரவல் வாங்கி வந்தார். அதிலே பதிவதற்கு மறுபடியும் முகவரியைக் கேட்டார். நான் சொல்ல, அதைப் பதிந்துகொண்டே காரை வேகமாக எடுத்தார். நான் மறக்கமுடியாத அந்தப் பயணம் ஆரம்பமானது.

நான் வசிக்கும் நகரத்தின் பெயரைச் சொன்னதும் அப்படி ஒரு நகரமே இல்லை என்று வாதாடினார். 'அரை மணி நேரம் முன்பு நான் அங்கேயிருந்துதான் இங்கே வந்தேன். அவர் நம்ப முடியாமல் தலையை இருபக்கமும் ஆட்டினார். செல்பேசியில் முகவரியைப் பதிந்த பின்னரும் அது ஒருவித அசைவும் இல்லாமல் கிடந்தது. நேர்க் கோட்டுச் சாலையில் காரை வேகமாகச் செலுத்தினார். எதிரே வேக மாக வந்த வாகனங்களுக்கும், எங்களைத் தாண்டிப் போன வாகனங் களுக்கும் அவை எங்கே போகின்றன என்பது தெரிந்திருந்தது. சாரதிக்கு அவர் எந்த இலக்கை நோக்கி ஓட்டுகிறார் என்பது தெரிய வில்லை. எனக்கும் தெரியவில்லை. காருக்கும் தெரியவில்லை.

கார் வேகம் குறையாமல் ஓடிக்கொண்டே இருந்தது. முன் கண்ணாடியில் 'மரணம் வெகு தூரத்தில் இல்லை' என்ற வாசகம் எழுதியிருந்தது. பயணிகளுக்கு ஆறுதல் தருவதற்கு எழுதி வைத்தி ருக்கிறாரா அல்லது உற்சாகம் தருவதற்கா? ரேடியோவில் ஒலி விசை உச்சத்தில் இருந்தது. 'ஏசு எங்களுடன் வருகிறார்' என்றது பாடல். இரவல் செல்பேசி வழி காட்டாததால் அந்த எரிச்சலில் தொலை பேசியில் யாரையோ அழைத்தார். அவருடன் ஏதோ மொழியில் பேசி விட்டு மறுபடியும் அப்படி நகரம் இல்லை என்று என்னிடம் வாதாடி னார். நான் நகரத்தின் பெயரை வெஸ்டன் என்று எழுத்துக்கூட்டிச் சொன்னேன். டெலிபோனில் பேசியவர் பெண்ணாக இருக்க வேண் டும். சாரதியின் குரலில் சரசம் இருந்தது. டெலிபோன் பெண் ஏதோ சொல்ல சாரதி வாகன வேகத்தைக் குறைக்காமல் சட்டென்று யூ திருப்பம் போட்டு எதிர்பக்கமாக ஓட ஆரம்பித்தார்.

இப்பொழுது எங்கே எப்படிப் போவதென்பது தெரியுமா என்று கேட்டேன். அவர் பதில் பேசவில்லை. என் வாழ்நாளில் நான் பய ணம் செய்த அத்தனை நாடுகளிலும் இப்படி ஒரு சாரதியை சந்தித்தது கிடையாது. அவரின் ஜி.பி.எஸ் வேலை செய்யவில்லை. செல்பேசி யிலும் வரைபடம் வரவில்லை. யாரோ பெண் பாதை விவரம் சொல்ல, இவர் ஓட்டிக்கொண்டு போவாராம். ஒரு முன்னேற்றம் என்னவென்றால் நான் போகவேண்டிய நகரம் இருக்கிறது என்பதை ஒத்துக்கொண்டார்.

இவரை பக்கவாட்டில் பார்த்தேன். முழு இருக்கையையும் நிறைத்து உட்கார்ந்திருந்தார். முகவரி தெரியாமல் ஓட்டுகிறோமே என்ற பதற்றம் கிடையாது. ஜமாய்க்கா நாட்டுக் காரராக இருக்க வேண்டும். ஆப்பிரிக்கர்களில் நிஜ ஆப்பிரிக்கரை கண்டு பிடிப்பதற்கு ஒரு சோதனை இருக்கிறது. அவர் முடியிலே ஒரு பென்சிலைக் குத்துவார்கள். எவ்வளவு தலையை ஆட்டினாலும் பென்சில் கீழே விழாது. இவரது தலைமுடியும் அடர்த்தியாக சுருண்டு கிடந்தது.

எத்தனை பென்சில்கள் குத்தினாலும் புதைந்துபோகும். தோற்றமும் ஆப்பிரிக்கர்போலவே இருந்தது. 300 வருடங்களுக்கு முன்னர் ஆங்கிலேயர்கள் கூலிவேலைக்கு சிறைபிடித்த ஆப்பிரிக்க வம்சாவளி யில் வந்தவராக இருக்கலாம்.

ஜமாய்க்கர்களுடைய மொழி பட்டோயி என்று சொல்வார்கள். பிரெஞ்சும் ஆங்கிலமும் கலந்திருக்கும். இரண்டு கைகளையும் ஆட்டி, விழிகளைச் சுழற்றி உரத்த குரலில் பேசுவார்கள். ரேடியோ சத்தத்தை மீறி கூவுவதுபோல என்னிடம் பேசினார். ரேடியோ ஒலியை குறைக் கலாம் என்று அவருக்கு தோன்றவே இல்லை. 'சரியான பாதையில் போகிறீர்களா?' என்று கத்தினேன். ரேடியோவில் இப்போது 'யேசுவே எங்கள் ரட்சகரே' பாட்டு போய்க்கொண்டிருந்தது. இடது பக்க தலையை இடது பக்க கார் கண்ணாடியில் சாய்ந்தபடி சாவதானமாக காரை ஓட்டினார். மீட்டரில் கட்டணம் படபடவென்று ஏறியது. புற்றிலிருந்து பாம்பு வெளியே வரக் காத்திருப்பதுபோல அவர் வாயி லிருந்து புறப்படும் வார்த்தைக்காக காத்திருந்தேன். ஒரு கணம் தலையை யன்னலில் இருந்து எடுத்து 'கவலையை விடுங்கள். யேசு எங்களுடன் கூட வருகிறார்' என்றார். அவரும் வழி தவறிவிட்டாரா என்று நான் கேட்கவில்லை.

அத்தனை டாக்சிகள் நிரையாக நின்றன. இவரை எப்படி தேர்வு செய்தேன். என்னால் நம்ப முடியவில்லை. குரலிலே நட்பையும் கனிவையும் வரவழைத்துக்கொண்டு மெதுவாகக் கேட்டேன். 'நீங்கள் என்னை எதிர்வரும் ஆஸ்பத்திரியிலோ, ஹொட்டலிலோ இறக்கி விடுங்கள். நான் வேறு ஒரு டாக்சி பிடித்து மீதித் தூரத்தை கடந்துவிடுவேன்' என்றேன். அவர் சம்மதிக்கவில்லை. 'நோ நோ' என்றார். மறுபடியும் யாரையோ செல்பேசியில் அழைத்தார். எனக்கு சமீபத்தில் படித்த ஒரு கவிதை ஞாபகத்துக்கு வந்தது. 'எச்சரிக்கை, ஓ! வழிப்போக்கரே. ரோடும் உன்னோடு நகர்கிறது.' உண்மைதான். அதே இடத்தில் நிற்பதுபோலத்தான் பட்டது. 'என்னுடைய வாடிக் கையாளரை பாதியிலேயே இறக்கிவிடும் வழக்கம் எனக்கில்லை' என்றார். கார் தன்பாட்டுக்கு அதுவே தீர்மானித்த திசையில் ஓடிக் கொண்டிருந்தது.

நகரங்களில் கார் ஓட்டும்போது சரியான திருப்பத்தைத் தவற விடக்கூடாது. விட்டால் மீண்டும் அதே பாதையை பிடிப்பது பெரும் பிரச்சினையாகிவிடும். தன் முழு உடம்பையும் சிரமப்பட்டு திருப்பி என்னைப் பார்த்து 'ஒரு டொலர் இருக்குமா?' என்றார். என் வியப்பை நிமிடத்துக்கு நிமிடம் கூட்டினார். இவரிடம் ஜி.பி.எஸ் இல்லை. செல்பேசி இல்லை. ஒரு டொலர் காசு இல்லை. இவருக்கு எப்படி பொஸ்டன் போன்ற ஒரு மாநகரத்தில் டாக்சி ஓட்ட அனுமதி

கிடைத்தது. 'எதற்கு ஒரு டொலர்?' என்று கேட்டேன். 'மாஸ்பைக் ரோட்டு வரி ஒரு டொலர் கட்டினால்தான் மேலே போகலாம்.'நான் ஒன்றுமே பேசவில்லை. ஒரு டொலரை மிச்சப்படுத்துவதற்காக காரை படாரென்று திருப்பி குறுக்குப் பாதையில் ஓட்ட ஆரம்பித்தார். இவரிலே உள்ள அழகான அம்சம் என்னவென்றால் காரை திருப்பின பின்னர்தான் சைகை கொடுப்பது.

கார் இப்பொழுது நான் முன் எப்போதுமே பார்த்திராத பாதை ஒன்றில் ஓடியது. பொஸ்டன் நகரத்தில் இப்படி ஒடுக்கமான பாதைகள் இருப்பதை அன்றுதான் கண்டேன். கடாமுடா என்ற சத்தத்துடன் கார் துள்ளித் துள்ளி விழுந்தது. சமீபத்தில் பேராசிரியர் டேவிட் ஷுல்மன், காளிதாஸனின் சாகுந்தலம் பற்றி பேசியது நினைவுக்கு வந்தது. வேட்டைக்குப் புறப்பட்ட துஷ்யந்தன் வில்லைப் பிடித்து நிற்க, தேர் காட்டுப் பாதையில் துள்ளித் துள்ளி வேகமாகப் பறந்தது. தேர்ப்பாகன் குதிரைகளைப் பிடித்தபடி அவை பாதையில் சரியாக ஓடுகின்றனவா என்று முன்னேயும், அரசன் விழாமல் நிலையாக நிற்கிறாரா என்று பின்னேயும் பார்ப்பானாம். தலை முன்னுக்கும் பின்னுக்கும் ஆடியபடியே இருக்கும்.

சாரதி அடிக்கடி திரும்பிப் பார்த்தார். நான் இருக்கை பெல்ட்டி னால் என்னை இறுக்கிக் கட்டியிருந்தாலும் சீட்டின் நுனிக்கு வந்து விட்டேன். போர்க்களத்தில் கதைப்பதுபோல பெரிய குரலில் சாரதி பேசினார். பாதிதான் என்னிடம் வந்து சேர்ந்தது. கொஞ்சம் இருட்டி, பகலின் நிறம் மாறியது. பனி பெய்தாலும் பெய்யலாம். இவருடன் இப்படி வந்து மாட்டிக்கொண்டோமே. திடீரென்று ரேடியோ பாடலை மீறி ஒரு பெண்குரல் அசரீரி போல ஒலித்தது. புழு ஊரும் சத்தத்துக்கு மேல் என் செவிகளால் தாங்கமுடியாது. இத்தனை சத்தத்துடன் அசரீரிக் குரலும் சேர்ந்துகொண்டது. '500 மீட்டர் தூரத்தில் வலது பக்கம் திரும்பவும்' என்றது. பேசியது அசரீரி அல்ல, அவருடைய செல்பேசி. உடம்பை வளைத்து திரும்பி என்னைப் பார்த்து மூன்று அடைத்த பற்களாலும், நாலு அடைக்காத பற் களாலும் சிரித்தார். 'என்ன?' என்று கேட்டேன். அவர் அரை மணி நேரம் முன்பு பதிந்த என்னுடைய முகவரி இப்பொழுதுதான் செல் பேசியில் உயிர் பெற்று வழி சொல்ல ஆரம்பித்திருந்தது. நான் சொன் னேனே 'யேசு எங்களுடன் இருக்கிறார்.' செல்பேசி தொடர்ந்து வழி சொன்னது. பல திருப்பங்களை கடந்து வந்ததும் உயிர் பெற்றது போல சட்டென்று மறுபடியும் நின்று போனது. 'என்ன? என்ன?' என்று கேட்டேன். 'ஓ சிக்னல் போய்விட்டது' என்று சொல்லிவிட்டு இடது பக்க கண்ணாடியில் தலையைச் சாய்த்து, ஒரு தோள்மூட்டு மேலே உயர்ந்திருக்க வேகம் குறைக்காமல் ஓட்டினார்.

ஏறக்குறைய ஒரு மணிநேரம் கழிந்துவிட்டது. சந்திப்பு நடந்த இடம் என் வீட்டிலிருந்து 30 நிமிட தூரத்திலும் 28 டொலர் செல விலும் இருந்தது. இத்தனைதூரம் தாண்டிவிட்டோம் அவருக்கு நாங்கள் எங்கே நிற்கிறோம் என்பது தெரியாது. எனக்கும் தெரியாது. என் பதறிய பார்வையைக் கண்டுவிட்டார். 'உங்களுக்கு நேரம் பிந்தி விட்டதா? ஏதாவது அவசரமா?' என்றார். 'அவசரம் ஒன்றுமில்லை. பத்தாயிரம் வருடங்கள் முன்னர் புறப்பட்ட நட்சத்திர வெளிச்சம் இன்னும் பூமியை வந்தடையவில்லை' என்றேன். 'புரிகிறது. உங்கள் நகரத்தின் பெயரை மீண்டும் ஒரு முறை சொல்லுங்கள்?' 'அடப்பாவி' என்று மனதுக்குள் திட்டினேன். அந்தக் கணம் எனக்கு நன்றாக ஞாபகம் இருக்கிறது. PERKINS என்று எழுதிய பெரிய பலகை தென்பட்டது. நீண்ட வெள்ளைக் கார் ஒன்று எங்களைக் கடந்து போனது. மீட்டர் சரியாக 64 டொலர் காட்டும்போது கேட்கும் கேள்வியா இது? ரேடியோ இன்னொரு யேசு கீதத்தை ஆரம்பித்தது.

அற்புதம் நடக்கவேண்டிய தருணம் அணுகியது. முன்வினைப் பயன் காரணமாக 'வீதி 30' தென்பட்டது. அது ஒன்றுதான் எனக்குப் பரிச்சயமான வீதி. 'திருப்புங்கள் திருப்புங்கள்' என்று அலறினேன். பட்டென்று யூ திருப்பம் செய்வதிலும், சட்டென்று பிரேக் அடிப்ப திலும், திடீரென்று ரோட்டு மாறிவிட்டு பின்னர் சைகை கொடுப்ப திலும் சாரதி ஈடு இணையற்றவர். அப்படியே செய்தார். நான் வழி சொல்லச் சொல்ல ஒவ்வொரு திருப்பமாக எடுத்து வீட்டுக்கு வந்து சேர்ந்தார்.

நான் நிம்மதிப் பெருமூச்சு விட்டேன். அவர் சுவாசப்பையை காலி பண்ணுவதுபோல எல்லாக் காற்றையும் வெளியே அனுப்பி னார். நெஞ்சு நடுக்கத்தை காட்டாமல் அவரிடம் எவ்வளவு என்றேன். மீட்டரைப் பார்த்துவிட்டு 72 டொலர் என்று வாய்கூசாமல் சொன் னார். ஒரு டொலர்கூட சில்லறை அவரிடம் கிடையாது என்பது எனக்குத் தெரியும். அன்று வீடு வந்து சேர்ந்தது அதிசயங்களில் ஒன்று. எதிர்த் திசையிலும், குறுக்குப் பாதையிலும் ஒரு கவலையும் இல்லாமல், மீட்டர் ஒரு பக்கம் ஓட, இவர் மறு பக்கம் ஓட்டி என்னை உயிருடன் கொண்டு வந்து சேர்த்த சாதனைக்காக மீட்டருக்கு மேலே போட்டுக் கொடுத்தேன். நன்றி என்று சொன்னார்.

'ஐயா, நான் எப்படித் திரும்பிப் போவது?' நான் எத்தனையோ நாடுகளில் எத்தனையோ சாரதிகளிடம் வழி கேட்டிருக்கிறேன். முதன்முதலாக என்னிடம் ஒரு வாகன ஓட்டி வழி கேட்கிறார். 'வந்த மாதிரித்தான். ஏசு உங்களுடன் வருகிறார்' என்றேன்.

❖

அடுத்த ஞாயிறு

வைத்திலிங்கம் சமையல்கட்டுக்குள் நுழைந்தார். தையல்நாயகி திடுக்கிட்டுப்போய் எழுந்து நின்றார். அவர் கணவன் சமையல் கட்டுக் குள் வருவதே கிடையாது. மணமுடித்த கடந்த 15 வருடங்களில் இது இரண்டாவது முறையாக இருக்கலாம். தையல்நாயகிக்கு முன்னால் பெரிய கடகத்தில் மாங்காய்கள் பெரிசும் சிறிதுமாக பல அளவுகளில் கிடந்தன. அவற்றை ஊறுகாய்க்காக வெட்டிக் கொண்டிருந்தார். முதல் நாள் அடித்த புயல்காற்றில் அத்தனை மாங்காய்களும் நிலத் திலே விழுந்துவிட்டன. அவற்றை மீட்டு பயனாக்கும் வேலையில் இருந்தார். கைகளை சேலையில் துடைத்தபடி என்ன என்பதுபோல கணவரின் முகத்தைப் பார்த்தார்.

'மறந்துவிட்டீரா? இன்றைக்கு ஞாயிற்றுக்கிழமை'என்றார் வைத்தி லிங்கம். அவர் குரலில் ஏதோ சொல்லத் தயங்குவது தெரிந்தது. 'இன்னும் கொஞ்ச மாங்காய் இருக்கு. முடித்துவிட்டுக் கிளம்பலாம்' என்றார் தையல்நாயகி. 'இன்றைக்கு ஓர் அரைமணிநேரம் முந்திப் போகலாம் என்று நினைக்கிறேன்.'

'அதற்கென்ன? பொங்கல் ஏற்கனவே செய்து வைத்திருக்கிறேன். வாழைப்பழமும் வெற்றிலையும் தட்டத்திலே இருக்கு. நாங்கள் முந்திப் போனால் சாமி எங்களைப் பார்ப்பாரா?'

'அதிலே ஒன்றும் சங்கடம் இல்லை. பிள்ளைகள் எங்கே?'

'அவை அம்மா வீட்டிலை இருக்கினம்.'

'சரி, நான் வெளியிலே இருக்கிறன்'என்று சொல்லிவிட்டு வைத்திலிங்கம் வெளிக்குந்திலே போய் உட்கார்ந்து மனைவிக்காகக் காத்திருந்தார்.

வைத்திலிங்கம் அங்கவஸ்திரத்தை உதறி தோளிலே முறுக்கிப் போட்டுக்கொண்டு முன்னே போக தையல்நாயகி சற்று பின்னே நடந்தார். அவர் தாம்பாளத்தைத் தோள்மூட்டடியில் நிமிர்த்தி பக்குவ மாகப் பிடித்தபடி நடந்துவந்தார். தோய்த்து காயவைத்த பச்சை நிறப் பருத்தி புடவையை அணிந்திருந்தார். சாமிக்கு ஆடம்பரம் பிடிக்காது. ஒவ்வொரு ஞாயிறும் அவர்கள் சாமியை பார்க்கப் போவார்கள்.

இன்றைக்கு கொஞ்சம் முன்னதாகப் போகும் காரணம் மனைவிக்கு தெரியவில்லை. கணவர் ஏதாவது செய்தால் அதில் நியாயம் இருக்கும்.

ஓலையால் செய்த படலையை கொஞ்சம் தூக்கி நகர்த்திக் கொண்டு உள்ளே போனார்கள். ஒரு துண்டு மட்டும் கட்டிக்கொண்டு சாமி உட்கார்ந்திருந்தார். அவரைச் சுற்றி நாலு பேர். சாமி ஏதோ சொல்ல அவர்கள் சிரத்தையாகக் கேட்டுக்கொண்டிருந்தார்கள். 'ஆர், வைத்திலிங்கமே வா வா' என்றார் சாமி. அவர்களை உட்காரச் சொல்லவில்லை. 'வாழைப்பழத்தை எடு' வைத்திலிங்கம் எடுத்து நீட்டினார்.

'உரி.'

வாழைப்பழத்தை உரித்தார். 'சரி சாப்பிடு.'

வைத்திலிங்கம் வாழைப்பழத்தை கையிலே பிடித்துக்கொண்டு இரண்டு பக்கமும் பார்த்தார். பின்னர் ஒரு மெல்லிய கடி கடித்தார்.

'என்ன கடி இது. முழுவதையும் விழுங்கு.'

முழுப்பழத்தையும் வாய்க்குள் நுழைத்தார். அது பெரிய வாழைப் பழம். நுழைக்கவும் முடியாது. கடிக்கவும் முடியாது. விழுங்கவும் முடியாது. துப்பலாம் என்றால் அதுவும் முடியவில்லை.

'விழுங்கு'சாமி கத்தினார்.

வைத்திலிங்கம் விழுங்கினார். வாழைப்பழம் தொண்டை வழி யாக உள்ளே இறங்குவது தெரிந்தது. ஒரு மைல் தூரம் ஓடி வந்தது போல அவருக்கு வியர்த்தது.

'சரி. போ, போ. இன்றைக்கு திருச்சி வானொலியிலே பட்டம் மாளின் கச்சேரி. கெதியாய் போய்க்கேள்' என்று சாமி துரத்தினார்.

அவர் மனைவியைப் பார்த்தார். பின் இருவரும் வீட்டை நோக்கி நடக்கத் தொடங்கினார்கள். வைத்திலிங்கத்துக்கு யோசனையாய் இருந்தது. மனைவிக்கு கூட அவர் பட்டம்மாள் கச்சேரி பற்றிச் சொல்லவில்லை. வீட்டுக்கு வந்ததும் தையல்நாயகி சேலையை மாற்றிவிட்டு சமையல்கட்டுக்குள் நுழைந்து மீதி மாங்காயை வெட்டத் துடங்கினார். வைத்திலிங்கம் ரேடியோ பெட்டியை திருகி திருச்சி வானொலி நிலையத்துக்கு வைத்தார்.

அடுத்த ஞாயிறு மனைவியையும் கூட்டிக்கொண்டு சரியான நேரத்துக்கு சாமியிடம் போனார். சாமி பிரசாதத்தை எடுத்துக் கொண்டார். அங்கே கூட்டம் ஏற்கனவே கூடியிருந்தது. சிறிது நேரம் இருந்து சாமி பேசியதைக் கேட்டுவிட்டுப் புறப்படும்போது சாமி வினவினார். 'வைத்திலிங்கம். உனக்கு இரண்டு பிள்ளைகள்தானே?'
'இல்லை சாமி. மூன்று பிள்ளைகள்.'

'சரி. சரி. போய்வா. அடுத்த ஞாயிறு வரவேண்டாம்.'

அன்று இரவு வைத்திலிங்கத்தின் கடைசி மகளுக்கு திடீரென்று தாங்க முடியாத தலையிடியுடன் காய்ச்சல் தொடங்கியது. மகளுக்கு 6 வயதுதான். பரியாரி வந்து பார்த்து மருந்து கொடுத்தார். மூன்று நாளில் சிறுமி இறந்துவிட்டார்.

ஒரு மாதம் கழிந்தது. வைத்திலிங்கம் மனைவியுடன் சாமியிடம் வந்தார், சிறிது நேரம் வழக்கம்போல இருந்துவிட்டுப் புறப்பட்டார்கள். சாமி அவர்களை மறித்துக் கேட்டார்.

'வைத்திலிங்கம் உனக்கு இரண்டு பிள்ளைகள்தானே?'

'ஓம் சாமி.'

❖

ஆட்டுச்செவி

பள்ளிக்கூடத்திலிருந்து வந்ததும் புத்தகங்களை தாறுமாறாகத் தரையில் எறிந்தேன். ஒருவருமே என்னைத் திரும்பிப் பார்க்கவில்லை. அம்மா குனிந்தபடி அரிவாளில் காய்கறி நறுக்கிக் கொண்டிருந்தார். என் அண்ணன்மாரைக் காணவில்லை. அக்கா சங்கீத நோட்டுப் புத்தகத்தை திறந்து வைத்து ஏதோ முணுமுணுத்துக் கொண்டிருந்தார். என் சின்னத் தங்கச்சி வாய் துடைக்காமல் தள்ளாடி நடந்துவந்து தன் கையை என் வாய்க்குள் நுழைத்துப் பார்த்துவிட்டு நகர்ந்தாள். நான் என் பிரகடனத்தை வெளியே விட்டேன். 'இன்றுமுதல் நான் மச்சம், மாமிசம் சாப்பிடமாட்டேன். இனிமேல் என் உணவு மரக்கறி தான்.' அப்பவும் அம்மா நிமிர்ந்து பார்க்கவில்லை. எனக்கு வயது எட்டு.

அன்று குடுமி வாத்தியார் வகுப்பில் பாடம் எடுத்தபோது சொன்ன கதை மனதில் பதிந்துவிட்டது. ஒன்றும் புரியாமல் அன்றும் திருக்குறளை பாடமாக்கி ஒப்புவித்தோம். ஒருமுறை எங்கள் வாத்தி யார் கடலில் விழுந்துவிட்டார். அவருக்கு நீச்சல் தெரியும் ஆனால் உடம்பில் காயம் பட்டு ஒரு துளிரத்தம் சிந்திவிட்டது. சுறாமீன்கள் அவரை நோக்கி வரத்துடங்கின. சுறாக்களுக்கு ரத்தம் கால் மைல் தூரத்துக்கு மணக்கும். அவைக்கு நாலு வரிசைப் பற்கள். ஒரு பல் போய்விட்டால் இன்னொரு பல் அந்த இடத்தை நிரப்பி விடுமாம். சுறாக்களின் செட்டைகள் குவிந்து கும்பிடுவதுபோல தோற்றமளிக்க நாலுதரம் வாத்தியாரை சுற்றிவிட்டு அவை போய் விட்டனவாம். ஏன் தெரியுமா? 'கொல்லான் புலாலை மறுத்தானை கைகூப்பி எல்லா உயிரும் தொழும்' என்ற குறள்தான்.

என் தம்பி அடாவடித்தனமானவன். வாயை வைத்துக்கொண்டு சும்மா இருக்கமாட்டான். அவன் கேட்டான், 'சுறாக்களுக்கு வாத்தி யார் மரக்கறிக்காரரர் என்பது எப்படித் தெரியும். ஏன் நாலு வரிசைப் பல்லை வைத்துக்கொண்டு அவரை கடித்துக் குதறவில்லை.' 'மக்கு, மக்கு. ரத்தத்துளியை அவை மணந்துதான் வந்தன. அது மரக்கறி ரத்தத்துளி என்பது அவைக்கு தெரியாதா? நீ போ' என்று தள்ளி னேன். அவன் எரிச்சலோடு திரும்பும்போது 'சுறாக்களுக்கு மணக்கவும் தெரியும். திருக்குறளும் தெரியும்' என்றான்.

அன்றிரவு சாப்பாட்டுக்கு நான் உட்கார்ந்தபோது ஆச்சரியம் காத்திருந்தது. எங்கள் குடும்பத்தில் நாங்கள் சகோதரங்கள் ஏழுபேர். எல்லோரும் நிரையாக அவரவர் தட்டுகளுடன் உட்கார்ந்திருந்தார்கள். அவர்கள் தட்டில் மீன்குழம்பு கமகமவென்று மணந்தது. தரையிலே கொஞ்சம் இடைவெளிவிட்டு சின்ன வாழை இலை ஒன்று போடப் பட்டிருந்தது. அதில் இடியப்பம், சம்பல், கத்தரிக்காய் குழம்பு என்று பரிமாறப்பட்டிருந்தது. நான் அம்மாவைப் பார்த்தேன். அவர் சாப்பிடு என்பது போல தலையை ஆட்டினார். அப்படித்தான் நான் மரக்கறிக் காரன் ஆனேன்.

அதன் பின்னர் அம்மா எனக்காக தனிச்சமையல் செய்ய ஆரம்பித்தார். தனித்தனி சட்டி பானைகள், தனியாக வாழை இலை. அடுப்புக்கூட தனி அடுப்பு என்றால் நம்பமுடியாதுதான். அகப் பையை அக்கா கவனயீனமாக மாறிப் பாவித்துவிட்டால் அதை தூக்கி எறிந்துவிட்டு அம்மா புது அகப்பை வாங்குவார். வீட்டிலே என் மகத்துவம் திடீரென்று உயர்ந்தது. எல்லோரும் நிரையாக உட்கார்ந்து சாப்பிடும்போது எனக்கு நடக்கும் பிரத்தியேக கவனிப்பும் உபசரிப்பும் எல்லோருக்கும் எரிச்சலைக் கிளப்பிவிடும். ஒரு தடவை ஐயா, ‘ஒரு தடியெடுத்து முழங்காலுக்கு கீழே நாலு அடி கொடுக்காமல் செல்லம் கொடுக்கிறீர்’ என்றார். அம்மா, ‘வாத்தியார் நல்லதுதானே செய்தார். உயிர் கொலை பாவம் தானே. அவனைத் தடுத்தால் அந்தப் பாவம் என்னைத்தானே வந்து சேரும்’ என்றார்.

நான் மரக்கறிக்கு மாறியதில் என் மகிமை வரவர உயர்ந்து கொண்டே போனது. பக்கத்து வீட்டில் இருந்து யாராவது வந்தால் என் புகழ் பாடாமல் அம்மா அவர்களைத் திருப்பி அனுப்பமாட்டார். ஏதோ நான் பள்ளிக்கூடத்தில் முதல் பரிசு பெற்றதுபோல பாராட்டு வார். மரக்கறி சாப்பிட்டால் சுறாக்கள்கூட கும்பிடுமாம். அப்பிடி வாத்தியார் சொல்லியிருக்கிறார். இது வீட்டிலே பெரும் புயலைக் கிளப்பியது. எல்லோருடைய எரிச்சலையும் செயலாக மாற்றியது என் தம்பிதான்.

எனக்கு முன்வந்து உடம்பை நெளித்தபடி ‘ஓ, எங்களுக்கு இன்றைக்கு வாளைமீன் கறி. உனக்கு பாவம் வாழைக்காய் வெள்ளைக் கூட்டு’ என்றுவிட்டு வயிற்றைப் பிடித்துச் சிரிப்பான். அடுத்த நாள் ‘எங்களுக்கு இன்றைக்கு றால் பொரியல். உனக்கு முசுட்டை இலை வறை. பாவம்’ என்பான். இன்னொரு நாள் எட்டத்தில் நின்று தன் பின்பக்கத்தை காட்டி நெளிப்பான். பின்னர் முன்னுக்கு வந்து நின்று நாலு பக்கமும் வளைவான். நான் பாய்ந்து கைகளைப் பிடித்து மிரட்டு வேன். விட்டதும் நாடாச்சுருள்போல தானாகச் சுழன்று உள்பக்கம் ஓடிவிடுவான். ‘ஓ, பாவம் உனக்கு பூசணிக்காய். பினைந்து பினைந்து சாப்பிடு. எங்களுக்கு ஆட்டு இறைச்சி வறுவல்.’ எனக்கு தாங்க முடிய

வில்லை. நான் சேர்த்து வைத்த புகழ் எல்லாம் இவனால் சேதம் அடைந்துகொண்டே போனது.

ஒருநாள் பின்னேரம் அம்மா அரிதட்டில் மாவை இட்டு இரண்டு கைகளையும் முழுக்க நீட்டி அரித்துக் கொண்டிருந்தார். அருமையான சமயம். இரண்டு கைகளும் வேலையில் இருப்பதால் அடிப்பதற்கு அவை உதவப்போவதில்லை. கெஞ்சுவதுபோல குரலை மாற்றி அம்மாவிடம் முறைப்பாடு வைத்தேன். அவையளுக்கு நல்ல நல்ல இறைச்சிக் கறி, சாப்பாடு, எனக்கு பூசணிக்காயா? தம்பிகூடச் சிரிக்கிறான். நான் பேசிக்கொண்டே போக அம்மா ஒன்றுமே சொல்லாமல் உடம்பிலே மா படாமல் அரித்துக்கொண்டே இருந்தார். எனக்கு அது துணிச்சலைக் கொடுத்தது. அவர்களுக்கு இறைச்சி என்றால் எனக்கு உருளைக்கிழங்கு. அந்தக் காலத்தில் உருளைக்கிழங்கு சரியான விலை. அதன் ருசிக்கு ஈடு இணை கிடையாது. மீன் என்றால் எனக்கு கத்தரிக்காய் குழம்பு. றால் பொரியல் என்றால் எனக்கு வாழைக்காய் பொரியல். நண்டுக்கு ஈடு முருங்கைக்காய். இப்படி நீண்ட பட்டியல் தயாரித்து சமையல் சுவற்றில் சோற்றுப் பசையால் ஒட்டி வைத்தேன். அம்மா அதைப் பார்த்துவிட்டு ஒன்றுமே சொல்ல வில்லை.

அதன் பிறகு பெரிய மாற்றம் இல்லாவிட்டாலும் என் உணவில் சிறிது முன்னேற்றம் காணப்பட்டது. ஆனாலும் என் மனம் சில வேளைகளில் தடுமாற்றம் கண்டிருக்கிறது. ஒருநாள் படலையை திறந்து வீட்டுக்குள் அடியெடுத்து வைத்தேன். நண்டுக்குழம்பு வாசனை மூக்கிற்குள் நுழைந்து வயிற்றுக்குள் போய்விட்டது. வாய் ஊறத் தொடங்கியது. நண்டுக்காலை அம்மா ஒவ்வொன்றாக உடைத்துத் தர நான் சாப்பிட்டது நினைவுக்கு வந்தது. நான் அவசரமாக சமையல் அறைக்குள் நுழைந்தேன். அம்மா ‘நண்டுதானே. ஒரு சின்னக்காலை உடைத்து தாறேன், கொஞ்சம் சாப்பிடு’ என்று சொல்லியிருந்தால் என் வைராக்கியம் உடைந்து சிதறியிருக்கும். அம்மா என்னைக் கண்டதும் ஊர்ப் பெரியவரைக் கண்டதுபோல சட்டியை சட்டென்று மூடி மணம் என் பக்கம் வராமல் பார்த்துக்கொண்டார். பட்டியலில் நான் எழுதியபடி பக்கத்து அடுப்பில் முருங்கைக்காய் வேகிக்கொண்டிருந்தது.

ஒருநாள் அம்மாவுக்கு பெரிய சவால் ஒன்று வந்தது. எங்கள் ஊரில் சாம்பல் கணவாய் அருமையாகத்தான் கிடைக்கும். அதன் ருசி தனியாக இருக்கும். கணவாய் சமைப்பதில் அம்மாவுக்கு ஒரு ரகஸ்யத் திறமை இருந்தது. அம்மாவினுடைய சமையலை ஐயா பாராட்டினதே கிடையாது. ஆனால் கணவாய் சமைத்தால் அந்தப் பாராட்டுக் கிடைக்கும். அன்று ஐயா எப்படியோ சிரமப்பட்டுத் தேடி வாங்கி வந்த சாம்பல் கணவாயை அம்மா தன் முழுத் திறமையை

பாவித்து சமைத்தார். கணவாய் சமைக்கும்போது இரண்டு பிடி முருங்கை இலை போடவேண்டும். அது ருசியை கூட்டும். அம்மா எங்கேயோ அலைந்து முருங்கை இலை சம்பாதித்து கணவாய் கறியை சமைத்து முடித்துவிட்டார். அது எழுப்பிய மணத்திலிருந்து உச்சமான ருசியை அது கொடுக்கப்போகிறது என்பது நிச்சயமாகிவிட்டது. அம்மா ருசி பார்ப்பதே இல்லை. மணத்தை வைத்தே அவருக்கு தெரிந்துவிடும்.

கணவாய் கறி சமைக்கும் நாட்களில் அம்மா வேறு ஒரு கறியும் வைப்பது கிடையாது. கணவாயும், வெள்ளை சோறும் மட்டுமே. அப்பொழுதுதான் அதன் முழுச்சுவையையும் உள்வாங்கி அனுபவிக்க முடியும். கணவாய் என்றால் அம்மா ஒரு சுண்டு அரிசி கூடப்போட்டு சமைத்திருப்பார். எல்லோரும் இரண்டு மடங்கு சாப்பிடும் நாள் அது. முழுச் சமையலையும் முடித்து ஓய்ந்தபோதுதான் அம்மாவுக்கு திடுக்கிட்டது. எனக்கு என்ன சமைப்பது என்று அவர் தீர்மானிக்க வில்லை. சுவரிலே ஒட்டிவைத்த நீண்ட பட்டியலைப் பார்த்தார். அதிலே கணவாய் கிடையாது. அம்மாவுக்கு பதற்றம் தொற்றியது. என்ன சமைப்பது? நேரமும் ஓடிக்கொண்டிருந்தது.

அன்று மத்தியானம் எல்லோரும் சாப்பிட உட்கார்ந்தபோது அம்மா எனக்கு தனியாக வாழை இலை போட்டு வெள்ளைச் சோறும் அதன் மேல் ஒருவித குழம்பும் ஊற்றியிருந்தார். எனக்குப் பக்கத்திலே உட்கார்ந்திருந்த என் தம்பி விளிம்பு உடைந்த என்னுடைய பீங்கான் கோப்பையை தனதாக்கியிருந்தான். ஏராளமான மக்கள் கூடியிருப்பது போல பெரும் கூச்சலுடன் கணவாய் கறியை சப்பி சப்பி சாப்பிட் டனர். எனக்கு முன் இருப்பது என்ன என்று எனக்கு தெரியாது. பெயர் தெரியாத ஒன்றை நான் அதுவரை உண்டது கிடையாது. ஒரு வாய் அள்ளி வைத்தேன். என் எட்டு வயது வாழ்க்கையில் அது போல ஒன்றை நான் ருசித்தது கிடையாது. முன்னரும் இல்லை. பின் னரும் இல்லை. கணவாய் கறிபோலவே சதுரம் சதுரமாக வெட்டி யிருந்தது. மிருதுவாகவும் அதே சமயம் இழுபடும் தன்மையுடனும் இருந்தது. கடிக்கும்போது சவ்வுசவ்வாக ருசியை நீடித்தது. கணவாய் போலவே குணம், மணம் ருசி. என்னால் நம்பவே முடியவில்லை. அந்த ருசி என்றென்றும் என் நாவில் தங்கி விட்டது. அதன் பின்னர் அப்படியான ருசி என் வாழ்வில் மறுபடியும் கிடைக்கவே இல்லை.

என்னுடைய ராச்சியம் இப்படி சில வருடங்கள் ஓடியது. பின்னர் அம்மா இறந்துவிட்டார். பத்து வருடங்களுக்குப் பின்னர் அக்கா அந்த ரகஸ்யத்தை சொன்னார். சமையல் கட்டிலிருந்து அம்மா வெறிபிடித்தவர்போல வெளியே ஓடினார். நேரம் போய்க்கொண்டி ருந்தது. எனக்கு என்ன சமைப்பது என்று அவரால் முடிவெடுக்க முடியவில்லை. அவர் என்ன சமைத்தாலும் அது கணவாய்க் கறியின்

94 ◆ ஐயாவின் கணக்குப் புத்தகம்

ருசிக்கு சமானமானதாக இருக்கவேண்டும். எங்கள் வளவில் 20–25 தென்னை மரங்கள் நின்றன. அதிலே வெவ்வேறு மரங்களில் 12 இளம் காய்களை பறிப்பித்தார். பின்னர் அவற்றை ஒவ்வொன்றாக அவரே வெட்டித் திறந்து ஆராய்ந்தார். சிலதிலே வழுக்கை தண்ணீர்போல படர்ந்திருந்தது. சில கட்டிபட்டு தேங்காயாக மாறியிருந்தன. இரண்டுக்கும் இடைப்பட்டதாக ஒரு தேங்காயை கண்டுபிடித்து அந்த வழுக்கையை பக்குவமாக தோண்டி எடுத்தார். அது தோல்போல மெத்தென்று இருந்தது. அதை ஐந்து தரம் தொட்டு அது ஆட்டுச்செவிப் பதம் என்பதை உறுதிப்படுத்திக் கொண்டார். சதுரம் சதுரமாக வெட்டி ஒரு கணவாய்க் கறி சமைப்பதுபோல பக்குவமாகச் சமைத்தார்.

அன்று எல்லோரும் நிரையாக உட்கார்ந்தபிறகு எனக்கு பரிமாறினது அதுதான். முதலும் கடைசியுமாக அதைச் சாப்பிட்டேன். அதன் பிறகு அப்படி ஒன்று எனக்கு கிடைக்கவே இல்லை. ஏனென்றால் ஒருவருக்கும் அப்படி ஓர் உணவு இருப்பது தெரியாது. ஒரு பழ இலையான்போல பிறந்த அன்றே அது மறைந்துவிட்டது.

இப்பொழுது யோசித்துப் பார்க்கிறேன். ஒரு வார்த்தை பேசாமல் ஒரு தாய் தன் 8 வயது மகனை திருப்திப்படுத்த என்னவெல்லாம் செய்தார். உலகத்தில் பிள்ளைகள் எல்லாம் வெவ்வேறுமாதிரி இருப்பார்கள். தாய்மார் எல்லாம் ஒன்றுதான்.

ஐயாவின் கணக்குப் புத்தகம்

ஐயா ஒரு நாள் என்னை ஒட்டு மாங்கன்று வாங்க அழைத்துப் போனார். என்னுடைய வாழ்நாளில் ஐயா அழைத்து அவருடன் நான் மட்டும் போனது அதுவே முதல் தடவை; கடைசியும். வீட்டில் ஏழு பேர் ஐயாவுடன் போகக்கூடிய தகுதி பெற்றிருந்தும் ஐயா என்னையே தேர்வு செய்திருந்தார். அது அளவில்லாத பெருமையாக இருந்தது. அவர் மனம் மாறுவதற்கிடையில் உடை மாற்றி புறப் பட்டேன். ஒட்டுமாங்கன்று வாங்க முடியாது, நாங்கள்தான் உண்டாக்கவேண்டும். சாதாரண மாங்கன்று ஒன்றை வாங்கி நல்ல பழம்தரும் மரக் கிளையுடன் ஒட்ட வைத்து தினம் தண்ணீர் ஊற்ற வேண்டும். அந்த வேலைதான் எனக்குத் தரப்பட்டது. என் சகோதரர் களின் பொறாமையைத் தக்க வைப்பதற்காக நான் என் ஏமாற்றத்தை வெளியே காட்டவில்லை.

தினமும் அதிகாலை சிறாப்பர் வீட்டுக்குப் போய் நான் மரத்துக்கு தண்ணீர் ஊற்றுவேன். சிறாப்பர் என்பது அவருடைய பெயர் அல்ல. அப்பொழுதெல்லாம் வங்கிகளில் காசாளர்களை சிறாப்பர் (shroff) என்றே அழைத்தார்கள். இவர் தன் வீட்டிலும் ஒரு வங்கி நடத்தினார். ஐயா இவரிடம் காசு கடன் வாங்குவார். அவர் அடிக்கடி எங்கள் வீட்டுக்கு வந்து வட்டி வாங்கிப் போவார். அவரு டைய கன்னச் சதைகள் தண்ணீர் நிரப்பியதுபோல ஊதிக்கிடக்கும். சிரித்தால் கண் இமைகள் தானாகவே மூடிவிடும். ஒரு தாரா நடப்பது போல கால்களை அகட்டி வைத்து நடப்பது வேடிக்கையாக இருக்கும். நானும் சிறுவயதில் அப்படித்தான் நடப்பேனாம். எனக்கும் ஒருகாலத் தில் வீட்டிலே பட்டப் பெயர் சிறாப்பர். பின்னர் அது வழக்கழிந்து விட்டது.

ஐயாவிடம் முதிரை மரத்தில் செய்த பெட்டகம் ஒன்று இருந்தது. உள்மரம் சந்தனம் என்பதால் அதைத் திறந்ததும் நல்ல மணம் வீசும். பெட்டியை எட்ட நின்று பார்ப்போம்; கிட்டப்போய் தொட முடியாது. அதற்குள் நான் விரும்பிய இரண்டு பொருட்கள் இருந்தன. ஒன்று எங்கள் சாதகக் கட்டுகள். சாத்திரியார் வரும்போது அவை வெளியே

எடுக்கப்படும். இரவிரவாக வீட்டிலே சாதகம் பார்ப்பார்கள். இரண்டாவது, ஒரு தடித்த அட்டை போட்ட தொக்கையான கணக்குப் புத்தகம். குத்து விளக்கைக் கொளுத்திவைத்து அந்த வெளிச்சத்தில் ஐயா, வயலட் பென்சிலை நாக்கில் தொட்டு தொட்டு கணக்கு எழுதுவார். பின்னர் கணக்குப் புத்தகம் மரப்பெட்டிக்குள் வைத்து பாதுகாக்கப்படும்.

ஐயாவுக்கு நிரந்தர வருமானம் கிடையாது. அவராக ஒரு வேலைக்குச் சென்றதில்லை. புகையிலை வியாபாரம்தான். சிப்பம் சிப்பமாக கட்டி ரயிலில் கொழும்புக்கும், கண்டிக்கும், மாத்தளைக்கும், கேகாலைக்கும் அனுப்புவார். பின்னர் மூன்று மாதத்துக்கு ஒரு முறை புறப்பட்டு இந்த ஊர்களுக்கெல்லாம் சென்று பணத்தை அறவிட்டு வருவார். அநேகமாக பாதி பணம்தான் கிடைக்கும். அம்மா ஏதும் தேவைக்கு காசு கேட்டால் மீதி கடன் அறவிட்ட பின்னர் தருவதாகச் சொல்வார். அப்படி ஏதும் வந்ததாகத் தெரியவில்லை. தினம் பெட்டகத்தைத் திறந்து கணக்குகள் எழுதிவிட்டு மறுபடியும் பூட்டிவைப்பார்.

ஐயாவுக்கு புத்தகங்கள் எதிரி. வீட்டில் இருந்த ஒரே புத்தகம் பஞ்சாங்கம்தான். அதிகமாக உபயோகம் கண்டதும் அந்தப் புத்தகம் தான். வீட்டிலே பல்லி யாராவது உடம்பிலே விழுந்து கொண்டேயிருக்கும். ஐயா உடனே பஞ்சாங்கத்தைப் புரட்டி பலன் பார்ப்பார். நாலு நாள் கழித்து அது எப்படி பலித்தது என்று நாலு பேருக்குச் சொல்வார். பஞ்சாங்கத்தை தவிர வீட்டிலே பாடப்புத்தகங்களும் இருந்தன. மூத்த அண்ணர் ஒருவர்தான் புதிதாக புதிய மணத்துடன் புத்தகத்தை அனுபவிப்பார். அதன் பின்னர் அது வரிசையாக ஒவ்வொரு வருடமும் கைமாறி கீழே வரும். என் முறை அணுகும்போது, முன் அட்டை பின் அட்டை எல்லாம் கிழிந்துபோய் பரிதாபமான நிலையில் தொட்டால் ஒட்டிப் பிடிக்கும் தன்மையுடன் இருக்கும். எனக்குப் பின்னர் இன்னும் இரண்டு பேருக்கு அது போகவேண்டும்.

நாவல்களையும், வாரப்பத்திரிகைகளையும் இரவல் வாங்கி ஐயாவுக்குத் தெரியாமல் படிப்பேன். அம்மா என் பக்கம் என்றபடியால் விசயம் ஒருமாதிரி போய்க்கொண்டிருந்தது. ஒரே எதிரி தம்பிதான். ஐயாபோல அவனும் புத்தகங்களுக்கு எதிரி. என்னை எப்பொழுதாவது நாவலுடன் பார்த்தால் ஐயாவுக்கு மூட்டிவிடுவான். அப்படியிருந்தும் பாடப் புத்தகத்துக்குள் ஒளித்து வைத்து திகம்பர சாமியார் முழு நாவலையும் படித்துவிட்டேன்.

பஞ்சாங்கத்தில் பலன் பார்ப்பதோடு மட்டும் ஐயாவுக்கு பல்லியுடனான சம்பந்தம் முடிவுக்கு வரவில்லை. ஐயாவின் வாழ்வில் பல்லி பெரும் பங்கு வகித்திருக்கிறது. அவருக்கு இரண்டுதாரம். நாங்கள்

அ.முத்துலிங்கம் ◆97

ஏழு பேர் இரண்டாம் தாரத்துக்கு பிறந்தவர்கள். முதல் தாரத்துக்கு இரண்டு பிள்ளைகள். முதல் தார மனைவி இறந்தவுடன் பிள்ளை களைப் பார்க்க ஐயாவுக்கு ஆள்தேவை. நல்லூரில் இருந்து ஒரு பெண்ணின் சாதகத்தை தரகர் அவசரமாகக் கொண்டு வந்தார். சொந்தக்காரர்கள் நெருக்கினார்கள். ஐயாவால் முடிவெடுக்க முடிய வில்லை. கோயில் சுவரில் ஏறிக்குந்திவிட்டார். ஏதாவது ஒரு சைகை கிடைத்தால்தான் இறங்குவதாக சங்கல்பம். காலையில் ஏறியவர் மதியம் ஆகியும் இறங்கவில்லை. பின்னேரமும் மறைந்து வானத்தி லிருந்து இருட்டு மட்டும் இறங்கியது. ஐயாவுக்கு பசியில் கண் மங்கியது. அப்போது ஒரு பல்லி சத்தம் போட்டது. அதுக்கும் பசி. ஐயா எதிர்பார்த்த சம்மதம் கிடைத்து பொத்தென்று குதித்தார். திருமணம் முடிந்து நாங்களும் பிறந்தோம்.

அம்மா எப்படி 15 வயதில் இரண்டாம் தாரமாக இரண்டு பிள்ளைகளுடைய ஒருவருக்கு வாழ்க்கைப்பட்டார் என்பது இன் றைக்கும் புதிர்தான். அந்தக் காலத்தில் அவர் வேறு என்ன செய் திருக்க முடியும்? பெரியவர்கள் சொன்னதைக் கேட்கவேண்டியது தானே. மணமுடித்து வரும்போது அவருக்கு நீண்ட கூந்தல் இருந்தது என்று சொல்வார்கள். தூங்கும்போது ஒரு தலையணையில் அவர் தலையும் இன்னொரு தலையணையில் அவர் கூந்தலும் கிடக்குமாம். ஒருநாள் நான் அம்மாவிடம் நேரில் கேட்டுவிட்டேன். அம்மா ஏன் நீங்கள் சிரிப்பதில்லை. அவர் சிரித்தார்; அது முழுச் சிரிப்பு இல்லை. இரண்டாம் பரிசு பெற்ற ஒருவரின் சிரிப்பு.

ஐயாவுக்கும் எங்களுக்குமிடையே நிறையத் தூரம் இருந்தது. அவர் என்னைத் தூக்கியது நினைவில் இல்லை. தலையைத் தடவியது கிடையாது. நான் பெரிய குளப்படிக்காரன் என்று அவர் நினைத் திருக்கக்கூடும். சின்ன வயதில் வீட்டில் உள்ள பொருள்களை உடைத்துவிடுவேன். ஒருமுறை அம்மாவுடைய வெண்கலக் குடத்தை போட்டு நெளித்துவிட்டேன். இன்னொரு தடவை ஐயா அருமை யாகப் பாதுகாத்த சுவிஸ் மணிக்கூட்டை உடைத்தேன். ஆனால் ஐயாவால் மன்னிக்க முடியாத ஒரு குற்றத்தை நான் செய்தேன். எங்க ளிடம் மிகப் பழமையான கருங்காலி மரத்தில் செய்த கட்டில் ஒன்று இருந்தது. நாலு பக்கமும் நுளம்பு வலை போடுவதற்கு வசதியாக மரத்தூண்கள் இருக்கும். ஒருநாள் இந்த மரத்தூணை எவ்வளவு தூரத்துக்கு வளைக்கலாம் என்று பரீட்சித்துப் பார்த்தபோது அது படாரென்று பெரிய சத்தத்துடன் முறிந்தது. ஐயாவின் கண்களில் முதலில் கோபமும் பின்னர் சோகமும் தெரிந்தது. அது பரம்பரையாக வந்த கட்டில். அவருடைய மனதில் அது எத்தனை பெரிய துயரத்தை உண்டாக்கியிருக்கும். நான் ஓடுவதற்கு தயாராகவே இருந்தேன்.

ஆனால் அவர் என்னைத் தண்டிக்கவே இல்லை. அதன் பின்னர் ஐயா வெளியே புறப்படும் போது வீட்டில் அத்தனை பேர் இருந்தாலும் என்னை மட்டும் தனியே அழைத்து இப்படிச் சொல்வார். 'சுவர், தூண்கள், கூரை பத்திரம். நான் திரும்பும்வரை பார்த்துக்கொள். உடைத்துவிடாதே.'

ஒரு தடவை எனக்கு ஒரு ரூபா கிடைத்தது. வீட்டுக்கு வந்த பெரியவர் ஒருவர் எனக்கு கொடுத்தது. அந்தக் காலத்தில் அது மிகப் பெரிய காசு. நான் அதுவரை சில்லறைக் காசுகளைத்தான் பார்த்திருக்கிறேன். எனக்கு தாளாக ஒரு ரூபா கிடைத்திருந்தது. மூளையில் கனவு தொடங்கிவிட்டது. ஆங்கிலப் புத்தகத்தின் கடைசி பக்கத்தில் பத்திரமாக ஒளித்து வைத்து ஒவ்வொருநாளும் தொட்டுப் பார்ப்பேன். இந்தச் செய்தி ஐயாவின் காதுகளுக்கு எப்படியோ போய்ச் சேர்ந்து விட்டது. ஏதோ அவசரத்துக்கு அவர் என்னிடம் ஒரு ரூபா கடன் கேட்டார். ஒரு பக்கம் பெருமையாக இருந்தது. திரும்பக் கிடைக்குமா என்ற அச்சமும் என்னைத் திக்குமுக்காட வைத்தது. என் முழுச் செல்வத்தையும் கேட்கிறார். எப்படி மறுக்க முடியும்? அந்தப் புதுத்தாளை ஒருமுறை ஆசைதீர தடவிப்பார்த்து விட்டு கொடுத்தேன். கொடுத்த கணமே பெரும் சோகம் என்னைக் கவ்வியது. ஒரு வாரம் கழித்து ஐயாவிடம் கடனைக் கேட்டேன். அடுத்த வாரம் என்றார். பொறுத்திருந்து அடுத்த வாரமும் கேட்டேன். 'இப்ப அவசர வேலையாக இருக்கிறேன். பிறகு கேள்' என்றார். இப்படி தினம் நான் கேட்பதும் ஒவ்வொருவிதமான பதில் வருவதும் வழக்கமாகிவிட்டது. ஒரு கடிதம் எழுதிப் பார்த்தேன், அதற்கும் பதில் இல்லை. ஆறு மாதம் ஓடி விட்டது. அவர் ஒருநாள் மரக்கட்டிலில் ஓய்வாக உட்கார்ந்திருந்த போது மடக்கினேன். 'என்னுடைய காசு' என்றேன். 'என்ன காசு?' என்றார். எனக்கு தலை சுழன்றது. வீடு சுழன்றது. என்ன விளையாடு கிறாரா? அவருக்கு மறந்துவிட்டது. என் முகத்தை திருப்பி ஐயாவுடன் நான் பலநாள் பேசவில்லை. நான் கோபத்தில் அவருடன் பேசவில்லை என்பது ஐயாவுக்கே தெரியாது.

கொழும்பு, கண்டி போன்ற வெளியூர்களுக்கு ஐயா போகும் போது வீடு பெரும் தடல்புடலாக இருக்கும். அம்மா சுழன்று சுழன்று வேலை செய்வார். ஐயாவுக்கு வேண்டிய பலகாரங்களைச் சுட்டு பெட்டிகளில் அடைப்பார். சூட்கேசை இரண்டுநாள் முன்னரே அடுக்கினாலும் ஐயா மறுபடியும் அடுக்குவார். ஐயா திரும்பும் வரைக்கும் அம்மா பதற்றமாகவே இருப்பார். ஒருமுறை ஐயா போய் பல நாட்களாக கடிதம் இல்லை. திடீரென்று ஒருநாள் தந்தி வந்தது. அம்மா குழறி அழத்தொடங்கினார். தந்தியின் வாசகம் இதுதான். 'நான் அநுராதபுரம் ரயில் ஸ்டேசனில் சேமமாக இருக்கிறேன்.'

அம்மாவுக்கு ஒன்றுமே புரியவில்லை. கொழும்பிலிருந்து புறப்பட்ட ரயில் பாதி வழியில் கவிழ்ந்து பலர் உயிரிழந்து விட்டனர். இந்தச் செய்தி எங்களுக்குத் தெரியாது. ஐயா சிறு காயத்துடன் தப்பி காட்டு வழியில் நடந்து அநுராதபுரம் ஸ்டேசனில் நின்று தந்தி கொடுத்திருக்கிறார். ஐயா வீட்டுக்கு வந்த பின்னரும் அம்மாவின் அழுகை ஒருவாரமாக ஓயவில்லை.

அபூர்வமாக ஐயா சந்தோசமாக இருந்திருக்கிறார். பெரிதாக குடிக்கும் பழக்கம் இல்லை. கள்ளுக்கொட்டில் போனதே கிடையாது. வீதியிலே ஆடி ஆடி நடந்தது கிடையாது. எப்பொழுதாவது அவருடைய வெளியூர் வியாபார சிநேகிதர்கள் வந்தால் டவுனுக்கு போய் பிராண்டி வாங்கிவந்து நண்பரும் அவருமாக மரக்கட்டிலில் உட்கார்ந்து குடிப்பார்கள். மகிழ்ச்சி அப்படியே துள்ளும். தொடையிலே தாளம்போட்டு பாட்டுப் பாடுவார். எங்களைக் கைகாட்டி அருகில் வரும்படி கூப்பிடுவார். நாங்கள் போகமாட்டோம். இவர் வேறு யாரோ என்று எங்களுக்குத் தோன்றும்.

ஒருவர் வாழ்ந்த மிக நீண்ட வாழ்க்கையில் இப்படி ஒன்றிரண்டு சம்பவங்கள் மட்டுமே நினைவில் வருகின்றன. சிதறியிருக்கும் புள்ளிகளைத் தொடுத்து ஒட்டகம் உண்டாக்குவதுபோல இந்தச் சம்பவங்களின் கூட்டுத் தொகைதான் என் ஐயாவின் வாழ்க்கை. எங்கள் வீட்டில் நிறைய பலாமரங்கள் இருந்தன. அவற்றைக் கயிறு கட்டி இறக்கி ஊர்க்காரருடன் பங்குபோடுவோம். என்னுடைய இரண்டாவது அண்ணர் கொடுக்கு கட்டிக்கொண்டு மரம் ஏறினார். ஒரு பக்கம் கத்தியையும், மறுபக்கம் கயிற்றின் நுனியையும் செருகியிருந்தார். இதுவே அவருக்கு முதல் தடவை. உச்சக் கொம்பில் பெரிய பழம் தொங்கியது. கயிற்றினால் காம்பைக் கட்டினார். ஒரு கிளையின் மேலால் கயிற்றை கீழே விட்டார். ஐயா கயிற்றை இழுத்துப் பிடிக்க அண்ணர் காம்பை வெட்டினார். பலாப்பழம் பெரும் சத்தத்துடன் கீழே விழுந்து சிதறியது. கயிற்றுக் கட்டுக்கு மேலே வெட்டாமல் அண்ணர் கீழே வெட்டிவிட்டார். அண்ணரின் கால்கள் நடுங்கின. அவருக்கு கீழே நூறு அடி காற்று. அப்பொழுது ஐயா சொன்னது மறக்க முடியாதது. 'சரி, மகனே. கத்தியையும் கயிறையும் ஞாபகமாக மேலே எடுத்துப்போனாய். மூளையை மட்டும் கீழே விட்டுவிட்டாய். சரி, களைத்துப் போயிருப்பாய். மெதுவாக இறங்கு.' அருமையான பழம் சிதறிப் போனதில் ஐயாவுக்கு பெரும் கோபம்.

ஒருமுறை என்னிலும் அந்தக் கோபம் திரும்பியது. எனக்கு சைக்கிள் ஓட்டுவதற்கு ஆசை. ஆனால் வீட்டில் இருந்த ஐயாவின் சைக்கிளைப் பார்க்கலாமே ஒழிய தொடமுடியாது. ஐயாவைப் பார்க்க ஒருத்தர் தொலைதூரத்திலிருந்து அடிக்கடி வருவார். அவர் தன் சைக்கிளை யானை கட்டுவதுபோல பெரிய சங்கிலியால் கட்டி ஒரு

மரத்துடன் இணைத்துவிடுவார். ஒருநாள் அவர் வந்தபோது ஐயா இல்லை. வழக்கம்போல சைக்கிளை கட்டாமல் சாய்த்துவிட்டு திண்ணையில் உட்கார்ந்தார். அந்தத் தருணம் கடவுளால் அருளப் பட்டது. அதைத் தவறவிட்டால் வாழ்நாள் முழுவதும் துக்கிப்பேன். நான் சைக்கிளை மெதுவாக உருட்டி வெளியே கொண்டுவந்து ஏறி ஓட்டினேன். எங்கள் கிராமத்தில் எங்கே சுற்றினாலும் 3, 4 தெருக்கள் தான். நான் பல சாகசங்கள் செய்தபடி தெருக்களில் ஓட்டினேன். இருந்தும், எழும்பியும், குனிந்தும், குனியாமலும், கையை விட்டும், விடாமலும், நின்றும், நில்லாமலும், மிதித்தபடியும், மிதிக்காமலும் வேகமாக ஓட்டினேன். தூரத்தில் ஐயா வருவது புழுதியில் தெரிந்தது. சைக்கிளைத் திருப்பினேன்; அது திரும்பவில்லை. பிரேக் பிடித்தேன், அது பிடிக்கவில்லை. என் சைக்கிள் ஐயாவின் சைக்கிளோடு மோதி, ஐயா மல்லாக்காக விழுந்தார். நான் குருவிபோல சட்டென்று எழும்பி மறைந்துவிட்டேன்.

அன்று நான் வீட்டுக்குத் திரும்பவில்லை. மாலையாகும் வரைக் கும் வீதிகளில் சுற்றினேன். பசி தாங்க முடியாமல் மெதுவாக வீட்டுக்குள் எட்டிப் பார்த்தேன். ஐயா காத்துக்கொண்டிருந்தார். என்னைக் கண்டதும் கால் செருப்பைக் கழற்றி என்னை அடிக்க வந்தார். நான் வீட்டைச் சுற்றி மூன்று தரம் ஓடினேன். பின் நாளில் இந்தச் சம்பவதை விவரிக்கும்போது நான் இப்படி எழுதினேன். ‘சப்பாத்தை தூக்கிக்கொண்டு ராசகுமாரன் சிண்டரெல்லாவை துரத்தியதுபோல ஐயா என்னைத் துரத்தினார். எவ்வளவு துரத்தி னாலும் ஐயாவின் செருப்பு என் முதுகை சந்திக்கவே இல்லை.’

ஐயாவுக்கு வயதானபோது அவரால் வியாபாரத்தைக் கவனிக்க முடியவில்லை. நிறுத்தலாம் என நினைத்தார், ஆனால் பொருட் களைக் கடனாக வாங்கியவர்களின் பட்டியல் மிக நீண்டதாக இருந்தது. எத்தனை முயன்றும் பணத்தை மீட்க முடியவில்லை. கடன் காரர்கள் நெருக்கத் தொடங்கினார்கள். ஐயாவுக்கு வேறு வழியில்லை. மூன்று தலைமுறை கண்டு வந்த பெரிய காணி ஒன்றை விற்று கடனை அடைத்தார். அப்பொழுது நான் கணக்காளர் பரீட்சைக்கு படித்துக்கொண்டிருந்தேன். எனக்கு ஒருவாறு விசயம் புரிந்தது. 30 வருடமாக ஐயா செய்த வியாபாரம் நட்டத்தில்தான் ஓடியது. அவர் வியாபாரம் செய்திருக்கவேண்டிய அவசியமே இல்லை. ஆரம்பத்தி லேயே காணியை விற்றிருந்தால் அந்தக் காசிலேயே எங்கள் காலத்தை ஓட்டியிருக்கலாம். இதை நான் ஐயாவிற்கு சொல்லவே இல்லை. அவர் மனது கஷ்டப்பட்டிருக்கும். வீட்டிலே ஓர் ஆண்மகன் எப்படி சும்மா இருப்பது? வியாபாரம் செய்வதுபோல ஒரு பாவனை இருக்க வேண்டும். அப்பொழுதுதானே மரியாதை.

ஐயாவுக்கு ஓர் அண்ணர் இருந்தார். பெரிய ஐயா என்று அழைப் போம். அவர் என்ன செய்தார் என்பது தெரியாது. எந்த நேரமும் அவருக்கு ஒரு தேவை இருக்கும். மிக உயரமாக, மேல் சட்டை அணி யாமல் முரட்டுத் தோற்றத்தில் காட்சியளிப்பார். கைகளைத் தொட்டால் மரப்பட்டை போல இருக்கும். ஏதாவது உதவி கேட்டு வருவார். ஒரு நாள் இரவு சூள் பிடித்துக்கொண்டு இலைகளை மிதித்தபடி அவசரமாக வந்தார். அப்பொழுதுதான் முதன் முதலாக சூள் என்னவென்று பார்த்தேன். தென்னம் பாளையை கீறி பற்ற வைத்த தீப்பந்தம் அது. ஐயாவுடன் ஏதோ சத்தமாகப் பேசிவிட்டு யோசனையுடன் திரும்பினார். தீப்பந்தத்தில் அவர் நிழல் பின்னால் விழுந்தது. அது ஏதோ சோகச் செய்தி சொன்னதுபோல பட்டது.

அடுத்தநாள் அதிகாலை பெரும் ஆரவாரம் கேட்டு எழுந்தேன். எல்லோரும் அலறியடித்துக்கொண்டு ஓட நானும் ஓடினேன். தண்டவாளத்தைத் தாண்டியதும் ஒரு பெரிய மரத்தின் உச்சியில் பெரிய ஐயா தூக்கில் தொங்கினார். அவருக்கு வயது எழுபதுக்கு மேலே. எப்படி அத்தனை உயரம் ஏறினார், எதற்காக தற்கொலை செய்து கொண்டார் என்பது தெரியவில்லை. ஒருத்தருக்கும் கேடு நினைக்காத மனிதப் பிறவி அவர். ஐயாவின் கண்களில் நீர் வழிந்ததை முதல்முறை பார்த்தேன். இரண்டாவது தடவை அம்மா இறந்தபோது கண்ணீர் விட்டார். பெரிய ஐயாவுக்கு ஏதோ துயரம் இருந்தது. ஐயா அதைத் தீர்த்திருக்கலாம் என்று இப்போது தோன்றுகிறது. மிக உயரத்தில் ஒற்றைக் கயிற்றில் அவர் உடல் ஆடியது மறக்கமுடியாத காட்சியாக நிற்கிறது.

ஒட்டுமாங்கன்று எப்பொழுது காய்க்கும் என்று ஐயா பார்த்துக் கொண்டே இருந்தார். அது காய்க்க முன்னரே ஓர் இரவு தனிமையில் இறந்துபோனார். நாங்கள் எல்லோரும் கொக்குவிலில் கூடினோம். ஐயாவை அவருடைய மரக்கட்டிலில் கிடத்தியிருந்தார்கள். ஒரு காலத் தில் தண்டவாளத்தை ஒரு கையால் தூக்கியவர், ஊரில் பிரபலமான சண்டியனை ஒற்றை விரலால் நெஞ்சில்தொட்டு நிறுத்தியவர். அவர் உடலைப் பார்த்து திடுக்கிட்டேன். சதைகள் உருகி வெறும் எலும்புக் கூடுதான் எஞ்சியிருந்தது. 31ம் நாள் காரியங்கள் முடிந்த பின்னர் ஐயாவின் பெட்டகத்தைத் திறந்து ஆராய்ந்தபோது சாதகக் கட்டுகளை காணவில்லை. வேறு பொருட்களும் மறைந்து விட்டன. ஆக மிஞ்சி யது கணக்குப் புத்தகம்தான். நான் அதை எடுத்துக் கொண்டேன்.

அப்பொழுது சாட்டர்ட் கணக்காளர் பரீட்சையில் சித்திய டைந்து நான் வேலை பார்த்துக்கொண்டிருந்தேன். ஆகவே ஐயாவின் கணக்குப் புத்தகத்தை ஆராயவேண்டும் என்ற ஆவல் என்னிடம் இருந்தது. கணக்காளர் படிப்பில் ஒற்றை பக்க கணக்கு, இரட்டைப் பக்க கணக்கு என இரண்டு வகை இருந்தது. இரண்டுக்கும் இடைப்

பட்ட கணக்குத்தான் ஐயாவுடையது. அவராக உண்டாக்கியது. புத்தகத்தில் சிட்டை கணக்குகள், ரசீதுகள், காசு வரவுகள், செலவுகள், கொடுத்தவர்கள், வாங்கியவர்கள் என சகலதும் இருந்தன. ஆனால் என்னுடைய கணக்காளர் மூளையில் ஒன்றும் ஏறவில்லை. ஒருவருடைய பெயரை எழுதி வெட்டியிருப்பார். அவர் கடனை தந்து விட்டாரா அல்லது இறந்துவிட்டாரா?

ஒவ்வொரு மாதமுடிவிலும் கோடு இழுத்து புதிய மாதம் தொடங்கியது. எப்படி இந்தப் புத்தகம் அவருக்கு உதவியது என்பது புரியவே இல்லை. திடீரென்று ஒரு பக்கத்தில் வரவேண்டிய கணக்குகள் இருந்தன. அதிலே 10-15 பேர்கள். அந்தக் கடன்கள் வந்தனவா என்றும் தெரியவில்லை. அடுத்த பக்கத்தில் கொடுக்க வேண்டியவர்கள் கணக்கு. பெயர்களை வரிசையாக படித்துக் கொண்டே வந்தேன். பல பெயர்கள் எனக்கு தெரிந்த பெயர்கள்தான். ஒரு பெயரில் கண் நின்றது. சிறாப்பர் ரூ 1.00. அதன் பின்னர் என்னால் ஒன்றுமே படிக்க முடியாமல் போனது. புத்தகத்தை மூடினேன்.

ஒரு லட்சம் டொலர் புத்தகம்

புத்தகத்தின் தலைப்பே ஆச்சரியப்படுத்தியது. The Sadness of Geography. புகழ்பெற்ற எழுத்தாளர் மைக்கேல் ஒண்டாச்சியின் நாவல் ஒன்றில் வரும் வரியை தலைப்பாக ஆசிரியர் பயன்படுத்தியிருந்தார். புத்தகம் வெளிவந்த சில நாட்களுக்கிடையில் அதன் ஆசிரியரைத் தேடி தொடர்பு கொண்டேன். ஓர் உணவகத்தில் சந்தித்தோம். முதல் ஐந்து நிமிடத்தில் நான் அவரிடம் கேட்ட கேள்வி 'ஏன் நீங்கள் புத்தகத்தை தமிழில் எழுதவில்லை?' அவர் திகைத்து விட்டார். ஒரு வரும் அவரிடம் அப்படியான கேள்வியை கேட்டிருக்க மாட்டார்கள். அவர் சொன்னார், 'நான் இங்கே ஆங்கிலத்தில்தான் படித்தேன். ஆங்கிலத்தில்தான் சிந்தித்தேன். ஆகவே அந்த மொழியில் எழுதி னேன்.' நீங்கள் கனடாவுக்கு வந்தபோது உங்கள் வயது 19. தமிழி லேயே படித்திருந்தபடியால் உங்களுக்கு ஒரு வார்த்தை ஆங்கிலம் தெரியாது. எப்படி இது சாத்தியமாயிற்று?' அவர் சொன்னார், 'என்ன செய்வது? 32 வருடங்கள் தமிழ் பேசவும் இல்லை. படிக்கவும் இல்லை. எழுதவும் இல்லை. மறந்துவிட்டது, அதுதான் ஆங்கிலத்தில் எழுதி னேன்.'

நூலை எழுதிய ஆசிரியருடைய பெயர் லோகதாசன் தர்மதுரை. வசதிக்காக இனிமேல் அவரை தாசன் என்றே அழைப்போம். அவர் எழுதிய புத்தகத்தின் பெயரை சிலர் 'நிலவியலின் துயரம்' என்று மொழிபெயர்த்திருக்கிறார்கள். எனக்கு என்னவோ 'நிலங்களின் துயரம்' பொருத்தமானது போலத் தோன்றுகிறது. இது நாவல் இல்லை; சுயசரிதையும் இல்லை. ஒருவரின் வாழ்க்கைக் குறிப்புகள் என்று வைத்துக்கொள்ளலாம். யுத்தகாலத்தில் ஓர் இளைஞன் யாழ்ப் பாணத்தை விட்டு புறப்பட்டு பல நாடுகளில் அலைந்து, அல்லலுற்று இறுதியாக 16 மாதங்களுக்கு பின்னர் கனடா போய்ச் சேரும் கதை. இதில் கற்பனை கிடையாது. உண்மையாக நடந்த சம்பவங்களின் தொகுப்பு. ஒரு யுத்த காலகட்டத்தை அப்படியே பதிவு செய்திருப்ப தால் இதை ஒரு காலத்தின் வரலாறாகவும் பார்க்கலாம்.

இலங்கையில் போர் நடந்தபோதும், அது முடிந்த பின்னரும் பலர் ஆங்கிலத்திலும், தமிழிலும் போர் இலக்கியங்கள் படைத்தனர்.

சிலதை போராளிகளே எழுதினார்கள். சில நூல்கள் புலம்பெயர்ந்த வர்களால் எழுதப்பட்டன. ஆசிரியர் தன் வாழ்க்கையின் ஒரு பகுதியை நினைவுக் குறிப்புகளாக பதிந்துள்ளார். இவருடைய பதின்ம வயதில் நடந்த சம்பவத்துடன் கதை தொடங்குகிறது. அவருடைய படிப்பு, போரினால் ஏற்பட்ட இன்னல்கள், வெளிநாட்டுப் பயணங் களில் சந்தித்த அதிர்ச்சிகள், ஏமாற்றங்கள் என கதை விரிந்து கனடா போய்ச் சேர்வதுடன் முடிவுக்கு வருகிறது. கனடாவில் தாசன் 32 வருடங்கள் வாழ்ந்தாலும் அவரால் பழைய வாழ்க்கையை மறக்க முடியவில்லை. ராணுவம் சித்திரவதை செய்கிறது, சிறையில் அவதிப் படுகிறார், கொலைகாரர்கள் துரத்துகிறார்கள். இப்படி கொடூரமான கனவுகள் தினம் அவரைத் துன்புறுத்தின. இறுதியில் பழைய ஞாபகங் களை எழுதுவதன் மூலம் இந்த இம்சையை கடக்கலாம் என முடிவு செய்கிறார். ஏதோ உந்துதலில் ஒரு வருடம் முழுவதும் வேலையை துறந்து வீட்டிலே உட்கார்ந்து நூலை எழுதி முடிக்கிறார். இவர் நாள் குறிப்பு எழுதுகிறவர் அல்ல. அபாரமான ஞாபக சக்தி உள்ளவர் என்பதால் அவரால் ஒவ்வொரு சிறு தகவலையும் மீட்க முடிகிறது. ஒரு சம்பவத்தை குறைத்தோ, கூட்டியோ, மறைத்தோ சொல்லவில்லை. வாசகர்களால் ஒருமனதாக ஏற்றுக்கொள்ளப்படுவதற்கு காரணம் உள்ளதை உள்ளபடியே எழுதியதுதான் என்று நினைக்கிறேன்.

இந்த நூலைப் படித்தபோது எனக்குத் தோன்றியதை ஆசிரி யரிடம் கேட்டேன். 'ஆங்கிலம் தெரியாமல் தனி ஆளாகப் படித்து, நாள்கூலியாக வேலை பார்த்து அதில் கிடைக்கும் ஊதியத்தில் பாதியை வீட்டுக்கு அனுப்பி, பரீட்சையில் வெற்றி பெற்று, வேலையில் படிப்படியாக உயர்ந்து, இன்று 32 வருடங்கள் கடந்து Fortune 500 கம்பனி ஒன்றில் உயர் பதவி வகிப்பது எத்தனை பெருமைக்குரிய விசயம். உங்களுடைய கனடா வாழ்க்கை அனுபவத்தை எழுதினால் பலர் பயன்பெற வாய்ப்புண்டு. இந்த நூலும் முழுமை பெறும். எழுது வீர்களா?' புன்னகை செய்தார். அதன் பொருள் என்ன? எழுதுவார் என்றுதான் நினைக்கிறேன்.

இந்நூலில் பல பகுதிகள் திகைப்பூட்டுவனவாகவும், இப்படியும் நடக்குமா என்ற கேள்வியை எழுப்புவனவாகவும், நெஞ்சை துணுக்குற வைப்பனவாகவும் இருக்கின்றன. முழுநூலை இங்கே சொல்லப் போவ தில்லை. ஒன்றிரண்டு இடங்களை சுவாரஸ்யம் கருதி சொல்லலாம் என நினைக்கிறேன்.

ஆரம்பமே திகிலுடன்தான் இருந்தது. அப்பொழுது தாசன் பதின்ம வயதுச் சிறுவன். அதிகாலை பெரும் கூக்குரல் கேட்டு சட் டென்று விழித்து திடீரென்று திசை தெரியாமல் ஒரு பக்கமாக ஓடு கிறான். ராணுவம் ஊரைச் சுற்றி வளைத்துவிட்டது. ஒரே கூச்சலும் குழப்பமுமாக இருக்கிறது. வயலில் அவன் உயரத்துக்கு மேல் வளர்ந்து

அ.முத்துலிங்கம் ◆ 105

நிற்கும் நெற்கதிருக்குள் ஓடி ஒளிந்து கொள்கிறான். ராணுவத்தினரின் பூட்ஸ் சத்தங்களும் ஆட்களைத் துரத்திப் பிடிக்கும் கூச்சலும், அதிகார கட்டளைகளும் கேட்கின்றன. ஒரு ஹெலிகொப்டர் இவனை நோக்கி மிகப் பதிவாக பறந்து வருகிறது. சேற்றுக்குள் போய் புதைந்து கொள் கிறான். இன்னொரு தடவை வட்டமடித்து வந்து ஹெலிகொப்டர் அவனைத் தேடிவிட்டுப் போகிறது. மாலையாகிறது. அன்று முழுக்க ஒன்றுமே உண்ணவில்லை, குடிக்கவும் இல்லை. இருட்டியதும் ராணுவம் போனபின்னர் வீட்டுக்குத் திரும்புகிறான்,

ஒன்றிரண்டு சம்பவங்களை கடந்து போகவே முடியவில்லை. சிறுவனாயிருக்கும்போதே தாசனை பள்ளிக்கூட விடுதியில் பெற்றோர் சேர்த்துவிடுகிறார்கள். ஒரு தடவை விடுமுறையை வீட்டிலே கழிப்பதற் காக தாசன் தனியாக விடுதியிலிருந்து புறப்படுகிறான். இவன் ஏறிய ரயில் வண்டியில் எதிர்பாராதவிதமாக சிங்கள ராணுவக்காரர்கள் உட்கார்ந்திருந்தார்கள். இவன் ஒதுங்கிப் போய் ஒரு மூலையில் அமர்ந் தான். ஒருத்தன் வந்து இவனை எதேச்சையாக இடிப்பதுபோல தொட்டான். இவன் உடல் சுருங்கி மறுபக்கம் திரும்பியது அவனுக்கு பிடிக்கவில்லை. அவன் அதை அவமானமாக எடுத்துக்கொண்டான். ராணுவக்காரன் தன் கைகளை இவனுடைய கால் சட்டைக்குள் நுழைத்தான். அத்தனை ராணுவத்தினர் முன்னிலும் பாலியல் துன்புறுத்தலுக்கு உள்ளாக்கப்பட்டான். வெட்கம், கோபம், துயரம் ஆகிய உணர்ச்சிகள் மேலிட வீட்டுக்கு ஓடியவன் இந்த சம்பவம் பற்றி ஒருவருக்கும் மூச்சு விடவில்லை. முதன்முதலாக இந்தப் புத்தகத்தில் தான் அது பற்றி எழுதப்பட்டிருக்கிறது. வீட்டுக்குப் போனபின்னர் ஓர் எண்ணம் முளைவிட்டது. எப்படியும் நாட்டைவிட்டு வெளியேறி விட வேண்டும்.

தாசனுடைய தகப்பன் நகைக்கடை உரிமையாளர். மிகப் பெரிய செல்வந்தர். கிராமத்திலே அவருக்குத்தான் முதல் மரியாதை. எந்தக் கடைக்குப் போய் என்ன பொருள் வாங்கினாலும் விலை கேட்க மாட்டார். கடைக்காரன் சொல்லும் விலைக்கு காசுத் தாள்களை நீட்டுவார். மீதிப்பணத்தை வாங்கமாட்டார்; வாங்கினால் அது கௌரவக் குறைச்சல் என்று நினைப்பவர். ஒருநாள் சிறுவன் தாசன் தரையில் படுத்திருக்கிறான். விடிந்துவிட்டது, யாரோ தரையை குனிந்து கூட்டும் சத்தம் கேட்டு விழிக்கிறான். ஓர் இளம் பெண் அவனை எழுப்பாமல் அவன் படுத்திருந்த இடத்தை சுற்றி விளக்கு மாற்றால் கூட்டியபடி நகர்கிறாள். தாயாரிடம் ஓடிப்போய் யார் இது என்று சிறுவன் கேட்கிறான். தாயார் 'நேற்று இரவு உன் அப்பா கூட்டி வந்தார்' என்கிறார். சிறுவனுடைய இரண்டாவது அம்மா இப்படித் தான் அவனுக்கு அறிமுகமாகிறார். 'ஏன் எனக்கு இன்னொரு அம்மா. ஒரு அம்மா போதுமே' என்று சிறுவன் குழம்பிவிடுகிறான்.

இப்படி அதிர்ச்சி தரும் சம்பவங்கள் பல. தாசனின் அப்பாவுடைய நகைக்கடையில் வியாபாரம் நின்றுவிட்டது. போர் நடக்கும் போது யார் நகை வாங்க வருவார்கள்? வருமானம் இல்லை, கையில் காசு இல்லாததால் வீட்டில் எந்நேரமும் சண்டை. தாசனின் அப்பா காலை மாலை என்ற வித்தியாசம் இல்லாமல் குடிக்க ஆரம்பித்தார். ஒருநாள் அவர் வீட்டுக்கு வராததால் தாசன் அவரைத் தேடிப் போனான். பெரியம்மா முறையான ஒருவர் வீட்டில் அவனுடைய அப்பா குடிவெறியில் தரையில் கிடந்தார். அவரைத் தூக்கி வர முயன்றபோது கையை வீசி பலமாக முகத்தில் அடித்தார். தாசன் நிலை தடுமாறி நிலத்திலே விழுந்துவிட்டான். கிராமத்துப் பெரிய மனிதர் கிடந்த நிலையை பார்த்து தாசனுக்கு அவமானமாகப் போனது. பக்கத்தில் கிருமி நாசினி போத்தல் இருந்ததால் அதை எடுத்து அப்படியே குடித்துவிட்டான். மயங்கி கீழே விழும்போது அவன் சிந்தனை 'அப்பாவுக்கு நல்ல பாடம் படிப்பித்துவிட்டேன்' என்பதாகவே இருந்தது. உடனேயே ஆஸ்பத்திரிக்கு எடுத்துப் போனதால் ஒருவாறு உயிர் பிழைத்தான். இதன் பின்னர் தகப்பனுக்கும் மகனுக்கும் இடையில் பெரிய பிளவு ஏற்பட்டது.

தகப்பனைப் பற்றிய உருக்கமான சம்பவம் ஒன்றையும் தாசன் பதிவு செய்கிறார். தாசனுடைய அண்ணன் லண்டனிலிருந்து இந்தியா போயிருக்கும் செய்தி அவருடைய அப்பாவுக்குக் கிடைக்கிறது. மகனை எப்படியாவது சந்திக்கவேண்டும் என்று தகப்பன் விருப்பப் படுகிறார். தாசன் அப்போது கனடாவில் இருக்கிறார். போர் மும்முரமாக நடந்த சமயம் என்றாலும் தகப்பன் இந்தியா போகவேண்டும் என அடம் பிடிக்கிறார். வேறு வழியில்லாமல் ஒரு போராளிக் குழுவின் படகில் ஏறி இந்தியா போகிறார். அவருடைய கெட்ட காலம் இலங்கை கடல் படை படகைச் சுட்டு வீழ்த்துகிறது. தகப்பன் படு காயத்தோடு மன்னார் தீவு கடற்கரையில் அனாதரவாகக் கிடந்த போது அந்த வழியால் போன பாதிரியார் ஒருவர் அவரைக் காப் பாற்றுகிறார்.

பயணத்தை மேலே தொடர்ந்து மகனைப் பார்க்கவேண்டும் என்று பிடிவாதமாக நிற்கிறார் தகப்பன். இவருடைய கடைசி மகன் இவரை மறுபடியும் போராளிக் கப்பல் ஒன்றில் ஏற்றி அழைத்துக் கொண்டு ராமேஸ்வரம் போய்ச் சேருகிறார். அங்கே உடல் நிலை மேலும் மோசமாகி தகப்பன் இறந்துவிடுகிறார். சிறுவன் உதவியில் லாமல் அந்நிய நாட்டில் தவித்துப்போகிறான். அவனிடம் பிணத்தை புதைக்கக்கூட காசு இல்லை. ஒரு காலத்தில் சாவகச்சேரியில் மிகப் பிரபலமான நகைக்கடையின் முதலாளியாக அறியப்பட்டவர் ராமேஸ் வரத்தில் அடையாளம் இல்லாத கிடங்கில் அனாதையாக அடக்கம் செய்யப்பட்டார்.

இங்கிலாந்திலிருந்து தாசன் புறப்பட்டு கனடாவின் மொன்ரியல் நகரத்தை அடைந்த சம்பவ வர்ணனை திகில் நிறைந்தது. இப்படியும் நடக்குமா என்று ஒவ்வொரு வரி படிக்கும்போதும் சந்தேகம் தோன்றிக்கொண்டே இருந்தது. பிரான்ஸ் நாட்டில் ஒரு கை மட்டுமே உள்ள தமிழர் ஒருவர் தாசனுக்கு கள்ள பாஸ்போர்ட் செய்து கொடுத் தார். களவாடிய பிரெஞ்சுக் கடவுச்சீட்டு ஒன்றில் பழைய படத்தை நீக்கிவிட்டு தாசனுடைய படத்தை கச்சிதமாகப் பொருத்தியிருந்தார். வித்தியாசம் ஒருவருமே கண்டுபிடிக்க முடியாது. அந்த பாஸ் போர்ட்டின் முடிவு தேதிக்கு இன்னும் 3 மாதம் மட்டுமே இருந்ததால் அது முடிவதற்கிடையில் எப்படியும் கனடா போய்ச் சேர்ந்துவிட வேண்டும். ஓர் அசட்டு துணிச்சலில் தாசன் மொன்ரியல் விமானச் சீட்டை வாங்கிவிட்டார். அவருடைய நண்பர் தாசனை ஹீத்ரோ விமான நிலையத்தில் இறக்கிவிட்டு திரும்பி பாராமல் போய்விட்டார். எல்லா பயணிகளும் போன பின்னர் கடைசி நேரத்தில் டிக்கட் கவுண்டருக்கு போய் டிக்கட்டை நீட்டினார். குடிவரவு அதிகாரிகள் அதிக நேரம் தன்னை விசாரிக்கமாட்டார்கள் என்று தாசன் கணக்குப் போட்டிருந்தார். டிக்கட் பெண் அவர் பெயரைக் கேட்டார். ‘அந்தோனி பிரங்கோய்’ என்று சொன்னபோது தாசனுக்கே சிரிப்பு வந்தது. அவளுடைய கேள்விகளுக்கு பாதி ஆங்கிலத்திலும் பாதி பிரெஞ்சிலும் பதில் கூறினார். பெண்ணுக்கு சந்தேகம் வலுத்தது. இவரிடம் பிரான்ஸ் தேசத்து கடவுச்சீட்டு இருந்ததால் முழுக்க முழுக்க பிரெஞ்ச் பேசும் அதிகாரி வந்து இவரை குறுக்கு விசாரணை செய்ய ஆரம்பித்தார். முகத்தை கோபமாகவும், எரிச்சலாகவும், மன்றாட்டமாகவும் மாற்றி மாற்றி வைத்து உடைந்த பிரெஞ்சு மொழியில் தாசன் பதில் கூறினார். அதிகாரிக்கு திருப்தியில்லை. பிரெஞ்சு தூதரகத்தை அழைத்து கடவுச்சீட்டு நம்பரை கொடுத்து அது உண்மையான பாஸ்போர்ட்டா என்று விசாரித்தார். தாசனுக்கு நடுக்கம் பிடித்தது. ஏனென்றால் அது திருடிய பாஸ்போர்ட். திருட்டுக் கொடுத்தவன் முறைப்பாடு செய்திருப்பான். ஆகவே அவர் நேரே சிறைக்கு போவதற்குத் தயாரானார். ஆனால் திருட்டுக் கொடுத்தவன் என்ன காரணமோ முறைப்பாடு செய்யாததால் தாசன் தப்பினார்.

எல்லா தடங்கல்களும் நீங்கிய நிலையில் விமானம் புறப்படத் தயாராக நின்ற வாசலுக்கு ஓட்டமாக ஓடிச்சென்று போர்டிங் அட்டையை நீட்டினார். அங்கேயும் ஒரு பெண் நின்றாள். நிதானமாக ‘உங்கள் பெயர் என்ன?’ என்று ஆரம்பித்தாள். இதற்கிடையில் விமானத்துக்குப் போகும் கதவை மூடிவிட்டார்கள். ‘பூட்டவேண்டாம், நான் இந்த விமானத்தை பிடிக்கவேண்டும்’ என்று தாசன் கத்தியும் பிரயோசனமில்லை. பதறியபடி நின்றதால் அவர் மூளை வேலை செய்வதை நிறுத்திவிட்டது. பெண் அசரவில்லை. மிக அமைதியாக

'நீங்கள் எதற்காக போகிறீர்கள்?' வேறு எதற்கு? நான் ஒரு சுற்றுலாப் பயணி. 'மிக நல்லது. சுற்றுலா முடிந்த பின்னர் நீங்கள் திரும்புவதற்கான விமான டிக்கட்டை காட்டுங்கள்.' தாசனிடம் திரும்புவதற்கான விமான டிக்கட் கிடையாது. பையில் இருந்த பணத்தை எல்லாம் கொடுத்து லண்டன் திரும்புவதற்கான டிக்கட் ஒன்றை அங்கேயே வாங்கினார். பெண் தன் அதிகாரத்தை பாவித்து பூட்டிய கதவை திறந்தார். அரை மணிநேரம் தாமதமாக தாசன் விமானத்துக்குள் நுழைந்தபோது பயணிகளின் கண்கள் அவரை எரிப்பதுபோல பார்த்தன. இடப் பக்கமோ வலப் பக்கமோ பார்க்காமல் நெஞ்சு படபடக்க நேரே போய் தன் ஆசனத்தில் அமர்ந்தார். விமானம் பறந்த முழுநேரமும் நெஞ்சு படபடப்பு அடங்கவே இல்லை.

மொன்றியலில் விமானம் இறங்கியதும் பயணிகள் அவசரமாக வெளியேறினர். தாசன் பொறுமை காத்து கடைசி ஆளாக இறங்கி மெதுவாக நடந்தார். குடிவரவு அதிகாரியை நடுக்கத்துடன் அணுகி மனனம் செய்து வந்ததை சொன்னார். 'நான் சிறீலங்காவை விட்டு வெளியேறிய தமிழன். கனடாவில் தஞ்சம் கோருகிறேன்.' அதிகாரி வியப்புறவில்லை. ஒரு நிமிடம் கழித்து எழுந்து நின்று தாசனை அழைத்துப்போய் ஒரு சின்ன அறையில் உட்கார வைத்தார். ஒரு மேசை. இரண்டு நாற்காலிகள்; யன்னல்கூட இல்லை. சிறைதான் என்று தாசன் நினைத்தார். சிறிது நேரம் கழித்து ஓர் அலுவலர் உள்ளே நுழைந்தார். அவர் கையிலிருந்த தட்டத்தில் பலவிதமான உணவு வகைகளும், குளிர் பானமும் இருந்தன. உணவுத் தட்டை மேசையில் வைத்து 'ஐயா, கனடாவுக்கு நல்வரவு' என்றார். தாசனுக்கு அந்த வார்த்தைகள் உண்மையானவை என்பதை உணர பல நிமிடங்கள் தேவைப்பட்டன.

வாழ்க்கை நினைவு நூல்கள் பல வந்திருக்கின்றன. இந்த நூல் அப்படி என்ன சிறப்பு பெற்றது? ரொறொன்ரோ பல்கலைக்கழக நூலகம் இதை ஆக விலைப்பட்ட நூல் (Best Seller) என்று அறிவித்திருக்கிறது. ஈழத்துப் போர் பின்னணியில் பல நூல்கள் ஆங்கிலத்திலும், தமிழிலும் கட்டுரைகளாகவும், நாவல்களாகவும், சுயசரிதைகளாகவும் வெளியாகியுள்ளன. முன்னைநாள் போராளிகள், போரை நேரில் அனுபவித்தவர்கள், வெளிநாட்டில் இருந்து போரை அவதானித்தவர்கள், புலம்பெயர்ந்தவர்கள் என எல்லோருமே எழுதியிருக்கிறார்கள். இந்த நூலின் சிறப்பு இது ஒரு சாதாரண பதின்ம வயதுப் பையனின் குரலில் உண்மைக் கதையாகச் சொல்லப்பட்டிருப்பது தான். இதில் வெளிப்பட்ட உண்மை ஒளியில் ஒரு நம்பகத்தன்மை கிடைக்கிறது. நூல் முழுக்க விறுவிறுப்புடன் நகர்கிறது. அலங்கார வார்த்தைகள் இல்லை. செயற்கையான விவரிப்புகளோ, பூச்சுக்களோ கிடையாது. மொழிநடை வித்தை கிடையாது; உத்திகள் இல்லை.

எளிமைதான் இதன் பலம். அடுத்து என்ன என்று மனம் துடிக்க சம்பவங்கள் தானாகவே நகர்கின்றன. இந்த நூல் ஒரு வரலாற்றை சொல்வதுடன் ஓர் இளைஞன் கொடியதில் இருந்து நல்லதை நோக்கி ஓடும் கதையைப் பதிவு செய்கிறது.

ரொறொன்ரோவில் அரசு அனுமதித்த ஆகக் குறைந்த கூலி ஒருவருக்கு மணித்தியாலத்துக்கு 14 டொலர். ஒருவர் ஆறுமாதம் ஓய்வெடுத்து ஒரு புத்தகத்தை எழுதிமுடித்தால் அந்தப் புத்தகத்தின் பெறுமதி ஏறக்குறைய 17,000 டொலர்களாக இருக்கும். இந்தக் கணக்கின்படி தாசன் ஒருவருட காலம் ஓய்வெடுத்து புத்தகத்தை எழுதி முடித்திருக்கிறார். இவர் Fortune 500 கம்பனி ஒன்றில் உயர் பதவி வகித்தவர். இவருடைய ஒரு வருட உழைப்பு 100,000 டொலர்கள் என்று பார்த்தால் இந்தப் புத்தகத்தின் உண்மையான பெறுமதி ஒரு லட்சம் டொலர்கள். கொஞ்சம் அதிகமாகத்தான் தெரிகிறது. ஆனால் வாசித்து முடிக்கும்போது ஏற்படும் பிரமிப்பு! அதற்கு விலையே இல்லை.

❖

ஓடுகிற பஸ்சில் ஏறவேண்டும்

தினக்குரல் பாரதி செவ்வி

1. தமிழ் இருக்கை அமைக்கவேண்டிய பாரிய பணியை நீங்கள் பொறுப்பேற்று முன்னெடுக்கின்றீர்கள். இந்த முயற்சியில் இறங்க வேண்டும் என்ற உணர்வு–எண்ணம் உங்களுக்கு எப்படி–ஏன் ஏற்பட்டது?

நான் மட்டுமல்ல, பெரிய குழுவே பணி புரிகிறது. 18 வருடங்களுக்கு முன்னர் ரொறொன்ரோ பல்கலைக்கழகத்தில் தமிழ் இருக்கை அமையும் வாய்ப்பு ஒன்று வந்தது. அப்பொழுது அதற்குத் தேவையான நிதி ஒரு மில்லியன் டொலர்கள் மட்டுமே. அதைத் திரட்டமுடியாமல் அந்த வாய்ப்பு நழுவிப் போனது. அது சோகமான கதை. பின்னர் 2017 ஆரம்பத்தில் ஹார்வர்டு பல்கலைக்கழகத்தில் தமிழ் இருக்கை அமைக்க Tamil Chair Inc எனும் அறக்கட்டளைக்கு அதிசயமாக சம்மதம் கிடைத்தது. இந்த அறக்கட்டளையை ஆரம்பித்த நிறுவனர்களில் நானும் ஒருவன். இருக்கை அமைக்க தேவை 6 மில்லியன் அமெரிக்க டொலர்கள் என்றார்கள். உலகளாவிய ரீதியில் நிதி திரட்டலைத் தொடங்கினோம். எப்படி இவ்வளவு பணத்தைத் திரட்டப் போகிறோம் என்ற மலைப்பு ஆரம்பத்தில் இருந்தது. அமெரிக்கா, கனடா, இந்தியா, கொரியா, ஹொங்கொங் , மலேசியா, பொஸ்ட்வானா (ஆப்பிரிக்கா) போன்ற நாடுகளில் இருந்தெல்லாம் பணம் வந்து குவியத் தொடங்கியது. இலங்கையில் இருந்துகூட 25,000 டொலர்கள் அனுப்பப்பட்டன என்றால் நீங்கள் நம்பமாட்டீர்கள். தேவைப்பட்ட நிதிக்கு மேலாக பணம் சேர்ந்தபோது 'இனி போதும், நிறுத்துங்கள்' என்று அறிக்கை விட வேண்டிநேர்ந்தது.

இந்த ஆர்வத்தையும், தமிழர்களின் எழுச்சியையும் அவதானித்த ரொறொன்ரோ பல்கலைக்கழகம், இங்கே வதியும் தமிழ் மக்களை அணுகியது. கனடாவில் மூன்று லட்சம் தமிழர்கள் வாழ்கிறார்கள். தமிழ் இருக்கை ஒன்றை இங்கே அமைப்பதற்கு ரொறொன்ரோ பல்கலைக்கழகம் சம்மதம் வழங்கியது. இதற்கு தேவையான நிதி 3 மில்லியன் டொலர்கள் (இலங்கை ரூ 39 கோடி). ரொறொன்ரோ

பல்கலைக்கழகத்தை அணுகுவதற்கு நாங்கள் நேரம் பார்த்து காத் திருந்த வேளை அவர்களாகவே எம்மைத் தொடர்புகொண்டது ஆச்சரியமான விசயம். ஹார்வர்டுக்கு நேர்ந்ததுபோல உலகம் முழுக்க இருந்து பணம் வந்து குவியவில்லை. ஆனாலும் தமிழ் மக்களின் ஆர்வம் வியப்பூட்டியது. கனடாவிலிருந்தும், அமெரிக்காவிலிருந்தும் பணம் வந்தது. இந்தியாவிலிருந்துகூட ஒன்றிரண்டு பேர் பணம் அனுப்பினார்கள். முதல் வருடத்தில் நாங்கள் வைத்த இலக்கு ஒரு மில்லியன் டொலர்கள். கெடு முடிவதற்குள் அந்தப் பணத்தை சேர்க்க முடிந்தது. மீதி 2 மில்லியன் டொலர்கள்தான். அதையும் விரைவில் திரட்டிவிடலாம் என்ற நம்பிக்கை உண்டு.

இதிலே சுவாரஸ்யமான விசயம் என்னவென்றால் நாங்கள் எத்தனை ஆயிரம் டொலர்கள் சேர்ந்தன என்று தினம் தினம் கணக்குப் பார்த்தோம். பல்கலைக்கழகத் தலைவர் விஸ்டம் டெட்டி மாத்திரம் எத்தனை பேர் நன்கொடை கொடுத்தார்கள் என்பதையே உன்னிப் பாகக் கவனித்தார். 'இது ஓர் இனக்குழு ஒன்றுசேர்ந்து உண்டாக்கும் இருக்கை. பணம் ஒரு நாள் இலக்கை எட்டும், ஆனால் எத்தனை பேர் பங்குபற்றுகிறார்கள் என்பதுதான் எங்களுக்கு முக்கியம்' என்று விளக்கம் கொடுத்தார்.

2. தமிழ் இருக்கை தொடர்பாகப் பரவலாகப் பேசப்படுகின்றது. தமிழ் இருக்கை என்றால் என்ன? அதன் மூலமாக எவ்வாறான பலன்களை நாம் எதிர்பார்க்க முடியும் என்பதை தினக்குரல் வாசகர்களுக்கு தெரிவிப்பீர்களா?

மூன்று மில்லியன் டொலர்களை இருப்பு நிதியாக வைத்து உருவாக்கப்படும் ரொறொன்ரோ தமிழ் இருக்கை, தமிழ்ச் செவ்வியல் இலக்கியங்களைக் கற்றுத்தருவதோடு பல்வேறு முக்கியமான ஆய்வு களை முன்னெடுக்கும் மையப்புள்ளியாகவும் அமையும். ஏனைய செம்மொழிகள் அனைத்துலக கல்வி மையங்களில் நிறுவப்பட்டு ஆராய்ச்சி மற்றும் கற்பித்தல் மூலம் பல நன்மைகள் பெற்றுள்ளன. இங்கே அமையும் தமிழ் இருக்கை தமிழுக்கான அங்கீகாரத்தை அளிப் பதோடு தொடர் பயன்பாட்டிற்கும், முன்னேற்றத்துக்கும் வலுச் சேர்த்து பல கல்வி நிறுவனங்களுக்கு எடுத்துக்காட்டாகத் திகழும்.

ரொறொன்ரோ பல்கலைக்கழக ஸ்காபரோ வளாகத்தின் முன் னாள் தலைவர், 'தமிழ் இருக்கையானது உயர் கல்வி நிறுவனத்தில் தமிழ் கற்பித்தல் மற்றும் ஆராய்ச்சிக்காக மக்களின் ஆதரவுடன் நிறுவப்பட்டு என்றென்றும் நிலைத்திருக்கப்போகும் ஒரு கல்வி அலகாகும். ஒரு மொழி பேசும் குழுவினரால் ரொறொன்ரோ பல் கலைக்கழகத்தில் அமைக்கப்படும் முதல் இருக்கை என்பது பெருமைப்

பட வேண்டிய ஒன்று. இது வேறு இருக்கைகளுக்கு முன்மாதிரியாக அமையும். தமிழ் மொழியின் பாரம்பரியத்துக்கும், தொன்மைக்கும் அதன் மேன்மைக்கும் சாட்சியாக என்றென்றும் நிலைத்து நிற்கும்' என தமிழ் இருக்கை ஆரம்பக் கூட்டத்தில் கூறி வாழ்த்தினார்.

ரொறொன்ரோவில் நிறுவப்படும் தமிழ் இருக்கை, இந்தியத் துணைக்கண்டத்தைத் தாண்டிய தமிழ்க் கல்வி மற்றும் ஆராய்ச்சிக்கு முதன்மையான இடமாக அமையும். அருகிவரும் தமிழ் இலக்கிய நூல்கள் மற்றும் ஆவணங்கள் எண்மியமாக்கப்பட்டு இங்கே பாது காக்கப்படும். கனடிய அரசு வழங்கும் நல்கைகளை தமிழ் வளர்ச்சிக் கும், ஆராய்ச்சிக்கும் பயன்படுத்தலாம். தமிழ் கருத்தரங்குகளையும், மாநாடுகளையும் ஒழுங்குசெய்வதுடன் வருகைப் பேராசிரியர்களுக்கும் வழி செய்யலாம். சிறந்த ஆய்வு மாணவர்களுக்கு உதவித்தொகை வழங்கி ஊக்குவிக்கலாம். தமிழ் இருக்கை என்பது நுழைவாயில்தான். தக்க பேராசிரியர் அமைந்தால் முதல்தரமான பல்கலைக்கழகத்தில் ஒரு மொழிக்கு கிடைக்கக்கூடிய அத்தனை வாய்ப்புகளையும், பயன் களையும் நாம் முழுமையாக அடையலாம்.

3. அமெரிக்காவிலுள்ள ஹார்வர்ட் பல்கலைக்கழகத்தில் இவ் வாறான தமிழ் இருக்கை ஒன்றை அமைப்பதற்கான முயற்சிகள் முதலில் முன்னெடுக்கப்பட்டிருந்தது. தமிழக அரசுகூட அதற்கு உதவியிருந்தது. அந்த முயற்சி எந்தளவில் உள்ளது? அது வெற்றி யளித்துள்ளதா?

ஆரம்பத்தில் ஹார்வர்டு தமிழ் இருக்கை நிதி சேர்ப்பு சரியாகவே போகவில்லை. அதைப் பற்றிய புரிதல் மக்களுக்குப் போய்ச்சேர சில மாதங்கள் பிடித்தன. அமெரிக்க, கனடா போன்ற நாடுகளிலிருந்து ஒரு சில செல்வந்தர்கள் பணம் சேர்த்தாலே இந்த இருக்கையை இலகுவில் உண்டாக்கியிருக்கலாம். அதை நாங்கள் விரும்பவில்லை. பல்கலைக்கழகமும் அப்படியொன்றை எதிர்பார்க்கவில்லை. உலக மக்களால் இருக்கை உருவாக்கப்பட்டு அது உலக மக்களுக்குச் சொந்த மாக வேண்டும் என்பதே பலரின் கோரிக்கை. தொலைக்காட்சிகள், பத்திரிகைகள், வானொலி, முகநூல் என சகல ஊடகங்களிலும் பரப்புரை செய்தோம். தமிழ்நாடு அரசு நன்கொடை வழங்கியதை தொடர்ந்து நிதி சேகரிப்பு வேகம் பிடித்தது. ஆறு மில்லியன் டொலர் களை தாண்டியபோது, 'நிதி இலக்கை அடைந்துவிட்டது, மேலும் பணம் அனுப்பவேண்டாம்' என உலக மக்களுக்கு வேண்டுகோள் விடுக்கவேண்டிய கட்டாயம் நேர்ந்தது. இப்பொழுது பேராசிரியர் தேர்வு முயற்சியை ஹார்வர்டு பல்கலைக்கழகம் தொடங்கியிருக்கிறது. விரைவில் இருக்கை செயல்படத் தொடங்கும்.

4. கனடாவில் ரொறொன்ரோவில் தமிழர்கள் அதிகமாக வசிக்கும் ஸ்காபரோ பகுதியிலுள்ள பல்கலைக்கழக வளாகத்தில் இதனை அமைத்துக்கொள்வது அதிகளவுக்கு பலனுள்ளதாக இருக்கும் என நினைக்கிறீர்களா?

ரொறொன்ரோவிலும் அதைச் சுற்றியுள்ள பகுதிகளிலும் மூன்று லட்சம் தமிழ் மக்கள் வாழ்கிறார்கள். இவர்களில் பெரும்பாலானோர் தமிழ் மொழியில் தேர்ச்சிபெற்றவர்கள். இங்கே வாரத்துக்கு பல தமிழ் கலாச்சார, கலை நிகழ்ச்சிகள் நிகழ்கின்றன. வாரத்துக்கு ஒரு புத்தக வெளியீடாவது நடக்கிறது. ஒரு பல்கலைக்கழகத்தில் தமிழ் இருக்கை அமைப்பதற்கு இதை விடச் சிறந்த இடம் ஏது. ஒவ்வொரு சனவரி மாதமும் கனடாவில் தமிழ் மரபு மாதமாகக் கொண்டாடப்படுகிறது. ரொறொன்ரோ பல்கலைக்கழகம்கூட 2019 வருடம் முதல்முறையாக தமிழ் மரபு மாதத்தைக் கொண்டாடியது. தமிழின் மேன்மை பற்றி பல்கலைக்கழகத் தலைவர் தொடர்ந்து பேசிக்கொண்டிருக்கிறார். தமிழ் இருக்கை அமைய வேண்டும் என்ற ஆர்வம் தமிழ் மக்களுக்கு இருக்கும் அதே அளவுக்கு பல்கலைக்கழகத்துக்கும் இருக்கிறது. இது ஒரு வரம் என்றே எனக்குப் படுகிறது.

5. ரொறொன்ரோ பல்கலைக்கழக தமிழ் இருக்கையை அமைப்பதற்கான இந்த முயற்சிக்கு புலம்பெயர்ந்த தமிழ் சமூகத்திடமிருந்து நீங்கள் எதிர்பார்த்த ஆதரவு கிடைக்கிறதா?

அமோகமான ஆதரவு கிடைத்துள்ளது. புலம் பெயர்ந்தவர்களுடைய ஆதரவு இல்லாமல் நிதி சேகரிப்பது சாத்தியமே இல்லை. திரட்டிய நிதியில் 99 வீதம் புலம்பெயர்ந்த தமிழர்களிடமிருந்து கிடைத்ததுதான். புலம்பெயர்ந்த தமிழர்கள் என்றால் அது கனடாவை மாத்திரம் குறிப்பிடவில்லை. புலம்பெயர்ந்து அமெரிக்கா, ஐரோப்பா போன்ற இடங்களில் வசிப்பவர்களையும் சேர்த்துத்தான் பார்க்க வேண்டும். பெரும்பான்மையான கொடைகள் கனடாவில் கிடைத்தவை. இந்தியாவில் இருந்தும் சிலர் பணம் அனுப்பி உதவியிருக்கிறார்கள். அங்கே அனுமதி பெறுவதில் பல சிக்கல்கள் இருந்தாலும் அதையெல்லாம் தாண்டி பணம் வந்து சேர்ந்திருக்கிறது.

2700 கி.மீட்டர் தொலைவில் அல்பெர்ட்டா மாகாணத்திலிருந்து ஒரு சிறுமி அவருடைய பிறந்த நாளுக்கு கிடைத்த பணத்தை அப்படியே அனுப்பியிருந்தார். நெகிழ்வாக உணர்ந்த சமயம் அது. சிறுமிக்கு நன்றிகூறிவிட்டு அவருடைய அப்பாவிடம் பேசினேன். அவர் சொன்னார், 'ரஜினியின் பேட்ட சினிமா 2 வாரம் ஓடியதற்காக விழா எடுக்கிறார்கள். தமிழ் 2500 வருடங்களாக ஓடுகிறது. அதையல்லவா நாங்கள் கொண்டாடவேண்டும்.' முதல் ஒரு வருடத்தில்

600 பேர் பணம் கொடுத்து ஒரு மில்லியன் டொலர் சேர்ந்துவிட்டது. மூன்று லட்சம் தமிழர்கள் வாழும் ஒரு நாட்டில் *600* என்பது மிக மிகச் சிறிய விழுக்காடுதான்.

6. கனடாவைப் பொறுத்தவரையில் தமிழ் மக்களில் ஒருவர் நாடாளுமன்ற உறுப்பினராகவும், இருவர் ஒன்ராறியோ மாகாண அரசாங்க உறுப்பினர்களாகவும் இருக்கிறார்கள். அதனைவிட தமிழ் மரபுரிமை மாதம் ஒன்றும், இங்கு மத்திய அரசாங்கத் தினால் பிரகடனபடுத்தப் பட்டிருக்கின்றது. இவை அனைத்தும் உங்களுடைய இந்த முயற்சிகளுக்கு எந்தளவு துணை புரியும்?

ஹார்வர்ட் தமிழ் இருக்கையின் வெற்றிக்குப் பிறகு உலகம் முழுக்க தமிழுக்கான எழுச்சியைக் காணமுடிகிறது. கொரியாவில் இருக்கும் ஒருவர் எதற்காக ஹார்வர்ட் தமிழ் இருக்கைக்கு பணம் அனுப்புகிறார்? ஆப்பிரிக்காவில் பொஸ்ட்வானா நாட்டில் வசிப்பவர் பலவித சிரமங்களுக்கு மத்தியில் ஒரு சிறு தொகையை அனுப்புகிறார். தமிழ் நாட்டில் நாலு வருடம் சிறையிலிருந்து வெளியே வந்த ஒருவர் சிறையில் கிடைத்த ஊதியப்பணத்தை ஹார்வர்டுக்கு அனுப்புகிறார். அவருக்கு ஹார்வர்ட் எங்கே இருக்கிறது என்பது தெரியாது. ஹார்வர்ட் என்பதை இரண்டு பிழைகளுடன்தான் அவரால் எழுத முடிந்தது. ஆனால் பணம் அனுப்பினார். எதற்காக? தமிழ் மொழி வாழவேண்டும் என்ற வெறிதான்.

தமிழர் ஒருவர் கனடா நாட்டில் நாடாளுமன்ற உறுப்பினராக இருப்பதும், இரு தமிழர்கள் மாகாண அரசு உறுப்பினர்களாக இருப்பதும் எங்களுக்கு எவ்வளவு பெருமை தருவது. நாங்கள் நடத்தும் தமிழ் மரபு கொண்டாட்டங்கள் கனடாவில் பிரபலமடைந்திருக் கின்றன. வேற்று மொழிக்காரர்கள் எங்களை ஆச்சரியத்துடன் பார்க்கி றார்கள். எங்களுக்கு தேசிய கீதம் இல்லை, ஆனால் தமிழ் மொழி கீதம் பாடித்தான் நாங்கள் விழாக்களை ஆரம்பிக்கிறோம். உலகத்தி லேயே, ஒரு மொழிக்கான வணக்கப் பாடலைப் பாடி நிகழ்ச்சியைத் தொடங்குவது தமிழர்கள் மட்டும்தான். நாடாளுமன்ற உறுப்பினரும், மாகாண உறுப்பினர்களும் எங்கள் முயற்சிகளுக்கு தொடர்ந்து ஆதரவு தருகிறார்கள்.

ரொறொன்ரோ பல்கலைக்கழகம் ஒருநாள் தமிழ் இருக்கைக்காக telemarketing செய்தது. *25* பல்கலைக்கழக மாணவமாணவிகள் தொலைபேசி முன் அமர்ந்து பழைய மாணவமாணவிகளை அழைத்து தமிழ் இருக்கைக்கு நன்கொடை கேட்டனர். எல்லோருமே வேறு வேறு மொழி பேசும் தன்னார்வத் தொண்டர்கள். கூகிளில் தமிழ் பற்றி படித்ததுதான் அவர்கள் அறிவு. ஒரு மாணவியிடம் ஏன் இந்த வேலையைச் செய்கிறார் என்று கேட்டேன். அவர் சொன்னார், '*2500*

வருடங்களாக வாழும் ஒரு மொழிக்கு இருக்கை அமைந்தால் அது பல்கலைக்கழகத்துக்கு பெருமையல்லவா?’

7. *கனடாவின் முக்கியமான தமிழர் பிரதிநிதிகளாக மூவர் அரசாங்கத்தில் அங்கம் வகிக்கும் நிலையில் ரொறொன்ரோ தமிழ் இருக்கைக்கு அரசாங்கங்களின் மட்டத்திலிருந்து நிதியுதவி ஏதாவது பெறக்கூடிய சாத்தியமுண்டோ?*

ஏற்கனவே சொன்னதுபோல இந்த தமிழ் இருக்கை தமிழர்களுக்குச் சொந்தமானது. கனடா வாழ் தமிழர்களுக்கு மட்டுமல்ல, உலகத் தமிழர்களுக்கு சொந்தமானது. தமிழ் மொழிக்கு சொந்தமாக ஒரு நாடு இல்லையென்றாலும் அந்த மொழி ஓர் உலகமொழி. உலகத் தமிழர்களிடமிருந்து நிதி சேர்ப்பதுதான் நோக்கம். ஏற்கனவே சொன்னதுபோல கனடிய அரசு வழங்கும் நல்கைகளை தமிழ் வளர்ச்சிக்கும், ஆராய்ச்சிக்கும் பயன்படுத்தலாம். சிறந்த ஆய்வு மாணவர்களுக்கு உதவித்தொகை வழங்கி ஊக்குவிக்கலாம். ஒரு மொழிக்கு கிடைக்கக்கூடிய அத்தனை வாய்ப்புகளையும், பயன்களையும் நாம் முழுமையாக அடையலாம்.

கனடிய அரசிடம் தமிழ் இருக்கைக்கு பணம் கேட்கும் திட்டம் தற்சமயம் இல்லை. கணிசமான தொகை சேர்ந்த பின்னர் அரசாங்கத்தை அணுகலாம் என்ற எண்ணம் உண்டு. சமயம் வரும்போது அதற்கான முயற்சிகளை கைக்கொள்வதில் ஒரு தடையும் கிடையாது.

8. *தமிழ் இருக்கை மிகவும் முக்கியமான முயற்சி என்று நீங்கள் கருதுவதற்கு காரணம் என்ன?*

பல காரணங்கள் இருக்கின்றன. முதல் காரணம் தமிழ்மொழியின் தொன்மை அத்துடன் அது இன்னும் வாழ்கிறது என்ற பெருமை. ‘ஏற்றுக உலையே, ஆக்குக சோறே, கள்ளும் குறைபட ஓம்புக.’ இந்த வரிகள் 2500 ஆண்டுகளுக்கு முன்னர் எழுதப்பட்டவை. இன்றும், ஐந்தாம் வகுப்பு சிறுமியால் இதைப் படித்து புரிந்துகொள்ள முடியும். அதுதான் தமிழின் பெருமை. ஏனைய செம்மொழிகளுக்கு பல்கலைக் கழகங்களில் இடம் உண்டு, ஆனால் தமிழ் மொழியை ஒருவரும் கவனிப்பதில்லை. இது பெரிய அநீதியாகப் படுகிறது. இதைச் சரிசெய்ய வேண்டும். மற்றைய மொழிகளுக்கு நாடு இருக்கிறது. தமிழுக்கு சொந்தமாக ஒரு நாடும் இல்லை. ஆகவே எங்களுக்காக ஒரு நாடும் போராடப் போவதில்லை. நாங்கள்தான் செய்யவேண்டும்.

ஆங்கில மொழி இலக்கியம் தோன்றியது 1500 வருடங்களுக்கு முன்னர். ஆனால் அதற்கு 1000 வருடங்களுக்கு முன்னரே பெரும்

தமிழ் இலக்கியங்கள் தோன்றிவிட்டன. இன்றைக்கும் அறிஞர்கள் வியக்கும் இலக்கண நூலான தொல்காப்பியம் அன்றே பிறந்து விட்டது. வெளிநாட்டு அறிஞர்கள் தமிழின் பெருமையை உலகுக்கு பரப்பியிருக்கிறார்கள். G.U.Pope, Robert Caldwell, Constanzo Beschi (வீரமா முனிவர்) இவர்கள் எல்லாம் தமிழுக்காக உழைத்தார்கள். தமிழை வெளியுலகத்துக்கு அறிமுகம் செய்தார்கள். நாம் என்ன செய்தோம்? ரொறொன்ரோவில் இருக்கை ஒன்றை உண்டாக்குவதன் மூலம் தமிழை உலகமயமாக்கலாம். ரொறொன்ரோ பல்கலைக்கழகத்திலிருந்து இந்த வாய்ப்பு எங்களைத் தேடி வந்திருக்கிறது. கனடாவின் இரண்டாம் தலைமுறை இப்போது தலையெடுத்திருக்கிறது. முற்றிலும் கனடியச் சூழலில் வாழும் மூன்றாவது தலைமுறை தமிழை மறந்து விடும். மிக முக்கியமான ஒரு சந்தியில் நாங்கள் நிற்கிறோம். இந்தத் தலைமுறை தாண்டினால் தமிழ் இருக்கை என்பது கனவாகிவிடும். இதுதான் தருணம். இப்பொழுதே செய்யவேண்டும்.

9. முதலில் ஹார்வர்ட் பல்கலைக்கழகம், அடுத்து ரொறொன்ரோ பல்கலைக்கழகம் என்பதன் தொடர்ச்சியாக தமிழர்கள் பரந்து வாழும் வேறு நாடுகளிலும் இவ்வாறான முயற்சிகளை மேற்கொள்ளும் எண்ணம் உண்டா?

ஆரம்பத்தில் நிறுவனத்தின் பெயர் Tamil Chair Inc. இது அமெரிக்காவில் ஓர் அறக்கட்டளையாக பதிவு செய்யப்பட்டது. இதில் ஹார்வர்ட் என்ற பெயரே கிடையாது. எங்கள் இலக்கு ஹார்வர்ட்டில் தமிழ் இருக்கை உண்டாக்குவது மட்டுமல்ல. உலகத்தில் பல பல்கலைக்கழகங்களில் இருக்கைகள் அமைப்பது. அதுதான் நோக்கம். எங்கள் முதல் முயற்சியான ஹார்வர்ட் முழுமையான பின்னர் ரொன்றொன்ரோவில் முயற்சி தொடங்கியிருக்கிறது. இதைத் தொடர்ந்து தென் கரோலினாவில் திருமூலர் தமிழ் இருக்கைக்கான முயற்சி ஆரம்பமாகிவிட்டது. அதுபோல ஹூஸ்டனில் தமிழ் இருக்கைக்காக நிதி சேர்க்கிறார்கள். ஜேர்மனியில் கோலன் பல்கலைக்கழகத்தில் தமிழ் கல்வி மற்றும் ஆராய்ச்சி பல வருடங்களாக நடந்தது. நிதி பற்றாக்குறையினால் சமீபத்தில் அதை மூடுவதற்கு முயற்சி நடந்தது. Tamil Chair Inc. தற்காலிகமாக நிதி வழங்கி கல்வி மையத்தின் ஆயுளை நீடித்திருக்கிறது. ஆரம்பத்திலிருந்தே உலகெங்கும் தமிழ் கல்வி மற்றும் ஆராய்ச்சிக்கு பல்கலைக்கழகங்களில் இருக்கை அமைக்கவேண்டும் என்பதே எமது குறிக்கோள். அது சிறிது சிறிதாக நிறைவேறிக் கொண்டிருக்கிறது.

10. ரொறொன்ரோ தமிழ் இருக்கை சம்பந்தமாக வேறு ஏதாவது குறிப்பிட விரும்புகிறீர்களா?

ஒரு கதை ஞாபகம் வருகிறது. இந்திய சுதந்திரப் போராட்டத்தின் போது இந்தியாவின் சனத்தொகை 40 கோடி, ஆனால் சுதந்திரத் துக்காக உயிரைக்கொடுத்து போராடியவர்கள் வெறும் மூன்று லட்சம் பேர்தான். இப்போது இந்தியாவில் 1.35 பில்லியன் மக்கள் அப்படி போராடிப்பெற்ற சுதந்திரத்தை அனுபவிக்கிறார்கள்.

கனடாவில் தமிழர்களின் சனத்தொகை 3 லட்சம். உலகத் தமிழர்களின் சனத்தொகை 8 கோடி. ஆனால் முதல் வருடத்தில் தமிழ் இருக்கைக்கு ஒரு மில்லியன் டொலர் கொடுத்தவர்கள் வெறும் 600 பேர்தான். மேலும் 1200 பேர் முன்வந்தால் தமிழ் இருக்கை நாளைக்கே உதயமாகிவிடும். எட்டுக்கோடி தமிழர்களில் எங்களுக்கு தேவை 1200 பேர்களின் உதவி. அவர்களிடம் மனம் இருக்கவேண்டும். பணமும் இருக்கவேண்டும். தமிழ் இருக்கை உருவான பின்பு அதனால் கிடைக்கும் பயனை அனுபவிக்கப் போவது 8 கோடி மக்கள்.

சிறுவயதில் நான் கற்ற ஒரு விசயம். நிற்கும் பஸ்சில் ஏறக்கூடாது. அது எப்போது புறப்படும், எப்போது போய்ச்சேரும் என்பது ஒருவருக்கும் தெரியாது. ஓடும் பஸ்சில் ஏறினால் அது நிச்சயம் இலக்கை அடையும். ஹார்வர்டு தொடங்கி வைத்த பஸ் ஓடும்போதே நாங்கள் ஏறிவிட்டோம். இலக்கு இதோ தெரிகிறது.

❖

அந்தி மழை நேர்காணல்

1) கொக்குவில் முதல் கனடா வரையிலான பயணம்: பெற்றது என்ன? இழந்தது என்ன?

பயணத்தில் பெறும் அனுபவத்திற்கு ஈடு அதுதான். கொக்குவில் என்ற சின்னக் கிராமத்தில் பிறந்த நான் பயணங்களின்போது நிறையக் கற்றுக்கொண்டேன். நூறு புத்தகங்கள் படிப்பதும் சரி ஒரு புதியவரை சந்திப்பதும் ஒன்றுதான். ஒவ்வொரு மனிதரைச் சந்திக்கும்போதும் அவரிடமிருந்து ஏதாவது ஒரு நல்ல குணாதிசயத்தை நான் பெற்றுக் கொள்ள முயல்வேன். உலகத்தின் தலை சிறந்த நாடக ஆசிரியரை ஒருமுறை சந்தித்தேன். அந்த நாடகத்தின் கதாநாயகன் ஒரு செங் கல்லை வீச, அது மேடையில் ஒரு குறிப்பிட்ட இடத்தில் விழ வேண் டும். அந்தக் காட்சிக்காக 2000 தடவை ஒத்திகை பார்த்தார்கள். நான் கேட்டேன் 'கொஞ்சம் தள்ளி விழுந்தால் என்ன? யாருக்குத் தெரியப் போகிறது?' அவர் சொன்னார் 'எனக்குத் தெரியுமே.' ஒரு காரியத்தை எடுத்து முடித்தால் அது உன் மனதுக்கு திருப்தியைக் கொடுக்கவேண் டும். அந்த சம்பவம் எனக்கு மிகப் பெரிய பாடமாக அமைந்தது. நாடு நாடாக அலைந்தபோது அடுத்து கற்றது பண்பு. 'பண்பெனப் படுவது பாடறிந்து ஒழுகுதல்.'

இழந்தது என்றால் என் கிராமத்தை. நான் விளையாடிய பூமியை. நான் படித்த பள்ளிக்கூடத்தை. நான் ஏறி விளையாடிய மரங்களை. என் நண்பர்களை. உறவுகளை. ஓர் இரவு உண்ணாமல் படுத்து தூங்கி விட்டேன் என்பதற்காக நடு இரவில் என்னை எழுப்பி உணவூட்டிய பக்கத்து வீட்டு அன்னம்மா ஆச்சியை.

2) ஆயுதப்போராட்டம் முடிவுக்குக் கொண்டுவரப்பட்ட சூழலில் தற்போது நிலவும் ஈழ அரசியலையும் இலக்கியத்தையும் கவனிக் கிறீர்களா? அது பற்றிய தங்கள் கருத்து..

சங்க இலக்கியத்தில் போரும் காதலும் இருந்தது. காதல் இலக்கி யம் தமிழில் தொடர்ந்தது. ஆனால் போரிலக்கியம் கிடையாது.

ஈழத்துப் போருக்குப் பின்னர் கிடைத்த ஒரே ஆதாயம் நிறைய போர் இலக்கியங்கள் படைக்கப்பட்டதுதான். அவற்றின் தரமும் குறைந்த தாக இல்லை. உலகத்தரத்தில் பல படைப்புகள் வந்தபடியே உள்ளன. ஈழத்தில் இருந்தும் எழுதுகிறார்கள், புலம் பெயர்ந்த பின்னரும் எழுதுகிறார்கள். பிரமிப்பாக உள்ளது.

ஈழத்து அரசியல் பற்றி ஏற்கனவே சொல்லியாகிவிட்டது. 'ஒரு நாடு என்றால் சண்டை. இரு நாடுகள் என்றால் சமாதானம்.' இதை அரசியல் பெரியவர்கள் 50 வருடங்களாகச் சொல்லி வருகிறார்கள். ஒரு நாட்டில் இருந்து இன்னொரு நாடு பிரிந்துபோவது பெரிய விசயமில்லை. சாதாரணமாகிவிட்டது. நான் சுடானில் வேலைசெய்த போது அது ஒருநாடாக இருந்தது. இன்று இரண்டு நாடுகள். எரித்திரியா என்னும் புது நாடு எத்தியோப்பியாவில் இருந்து பிரிந்து தனி நாடாக இயங்குகிறது. சமீபத்தில், 2008இல் கொசோவோ என்னும் நாடு சேர்பியாவில் இருந்து பிரிந்து தனி நாடாகிவிட்டது. ஒரு தேசம் பிரிந்து போவது ஒன்றும் புதுமையானது அல்ல. சில பிரச்சினைகளுக்கு தீர்வு பிரிந்து போவதுதான்.

3) ஹார்வர்ட் தமிழ் இருக்கைப் பணிகளுக்கான நிதி 40 கோடி திரண்டுவிட்டது. இதற்கு நிதி திரட்டும் ஆட்சிக்குழு உறுப்பினர் என்கிற முறையில் அதற்காக உழைத்த அனுபவங்களைக் கூறுங்களேன்.. இன்னும் என்ன பணிகள் பாக்கி இருக்கின்றன? எப்போது அது தொடங்கும்?

பாரி மன்னன் முல்லைக்கு தேர் கொடுத்தான் என்று படித்திருப்பீர்கள். படைவீரன் ஒருவனுக்கு பாரி ஆணையிட்டிருந்தால் அவன் ஒரு மரத்தைக் கொண்டுவந்து நட்டிருப்பானே. அந்தக் கணம் பாரி சிந்திக்கும் நிலையில் இல்லை. முல்லைக்கொடி அலைக்கழிவதைப் பார்த்து அவர் மனம் துடிதுடித்தது. உடனே தேரை விட்டு இறங்கி நடந்தான்.

மருத்துவர்கள் ஜானகிராமனும், சம்பந்தமும் உணர்ச்சி வேகத்தில் உந்தப்பட்டு செயல்பட்டனர். 382 வருடங்களாக ஹார்வர்டில் தமிழ் அவமதிக்கப்பட்டதை அவர்களால் தாங்க முடியவில்லை. எப்படியும் தமிழ் இருக்கை தொடங்கவேண்டும் என்ற உத்வேகத்தில் ஆளுக்கு அரை மில்லியன் டொலர்கள் நன்கொடை வழங்கினார்கள். அவர்கள் பணத்தைக் கொடுத்தபோது நான் அவர்களுடன் அங்கே நின்றேன். அந்த வரலாற்றுக் கணம் என் வாழ்நாளில் மறக்க முடியாத ஒன்று.

முதல் 20 மாதங்கள் எங்களுக்கு பெரும் ஏமாற்றம்தான். நன்கொடைகள் வரவில்லை, ஆனாலும் நாங்கள் முயற்சியை தளர்த்தவில்லை. திடீரென்று ஒரு திருப்பம் ஏற்பட்டது. பள்ளி மாணவ

மாணவிகளிடம் தொடங்கிய இந்த எழுச்சி உலகம் முழுக்க வியாபித்தது. அமரிக்கா, கனடா, இந்தியா, இலங்கை, மலேசியா, சீனா, கொரியா, வியட்நாம், ஜப்பான், பொட்ஸ்வானா என நிதி வரத் தொடங்கியது. 6 மில்லியன் டொலர்கள் இலக்கை அடைந்து விட்டாலும் தொடர்ந்து நிதி வந்து குவிகிறது. இனி பேராசிரியரை தேடும் வேலை ஆரம்பமாகும். ஹார்வர்ட் இருக்கும்வரை தமிழ் இருக்கை தொடரும்.

4) உலகெங்கும் இருந்து 26 நாடுகளைச் சேர்ந்த 9000 பேர் நிதியுதவி அமைத்து ஒரு தமிழ் இருக்கை அமைகிறது. ஓரிரு நிறுவனங்களே முழுத்தொகையும் பிற மொழிகளின் இருக்கை அமைய அளித்துள்ளன. ஆனால் தமிழுக்கு மட்டும் இந்த ஊர்கூடித் தேர் இழுக்கும் நிகழ்வின் முக்கியத்துவம் என்ன?

ஜல்லிக்கட்டுப் போராட்டத்திற்கு பிறகு மக்களை உலக ரீதியாக இணைத்தது ஹார்வர்ட் தமிழ் இருக்கைதான் என துணிவுடன் சொல்லமுடியும். சில பள்ளி மாணவ மாணவிகள் தங்கள் மதிய உணவுக்காசை, பிறந்தநாளுக்கு கிடைத்த பணத்தை அப்படியே தமிழ் இருக்கைக்கு நன்கொடையாகத் தந்தார்கள். இதை நினைக்கும்போதே நெஞ்சம் உருகுகிறது. ஹார்வர்ட் பல்கலைக்கழகம் அதனுடைய 382 வருட வரலாற்றில் இப்படியான ஓர் எழுச்சியைக் கண்டது கிடையாது. அதை அவர்களே சொல்கிறார்கள். ஒன்றிரண்டு செல்வந்தர்கள் பெருந் தொகை கொடுத்து இருக்கைகள் அமைப்பது பெரிய விசயமில்லை. ஆனால் உலகளாவிய முறையில் ஒரு மொழிபேசும் மக்கள் காட்டிய ஆர்வம் பலரையும் திக்குமுக்காட வைத்திருக்கிறது. பெருமை என்னவென்றால் இந்த இருக்கை உலகத் தமிழர்களுக்குச் சொந்தமானது. ஒரு டொலர் நன்கொடை கொடுத்தாலும் ஒரு மில்லியன் நன்கொடை கொடுத்தாலும் உங்கள் பெயர் ஹார்வர்டில் நிரந்தரமாகப் பதிவு செய்யப்படும்.

5) சிறுகதைகளில் உருவாகும் வடிவ நேர்த்தியை கட்டுரைகளிலும் நீங்கள் கொண்டுவந்துவிடுகிறீர்கள்... புனைவு எழுதுவது அபுனைவு எழுதுவது இரண்டில் உங்கள் மனதுக்கு மிக நெருக்கமானது எது?

சிறுகதைகளோ கட்டுரைகளோ சுவாரஸ்யம் என்பது முக்கியம். ஒரு சிறுகதையை ஆரம்பித்தால் அதன் முடிவுவரை அது வாசகரை இழுத்துபிடித்து வைக்கவேண்டும். அல்லது அந்தச் சிறுகதை தோல்வியடைந்தது என்றுதான் சொல்லவேண்டும். அதேதான் கட்டுரைக்கும். ஒருவரும் கட்டுரையைப் பாதி படித்தால் போதும் என்று எழுதுவதில்லை. முழுவதும் படிக்கவேண்டும் என்றுதான் எழுதுகிறார்கள்.

ஆகவே அதைச் சுவாரஸ்யம் ஆக்குவது முக்கியம். கடினமான விசயம் என்றாலும் அதைச் சொல்லும் முறையில் சுவையைக் கூட்டலாம். இப்படியான சொல்முறையை ஆரம்பித்து வைத்தவர் நோர்மன் மெய் லர் என்ற அமெரிக்க எழுத்தாளர். ஒரு முறை அவர் ஓர் உண்மைச் சம்பவத்தை புத்தகமாக எழுதினார். அவருக்கு அபுனைவுப் பிரிவில் பரிசு கிடைக்கும் என்று நினைத்தார்கள். ஆனால் அவருக்கு புனை வுப் பிரிவில் பரிசு வழங்கப்பட்டது. அதிலிருந்துதான் பலரும் கட்டு ரையாக இருந்தாலும் அதைச் சுவையோடு எழுதவேண்டும் என்ற முக்கியத்தை உணர்ந்தார்கள். எனக்கு எழுதப் பிடிப்பது சிறுகதை தான். இதிலே கட்டற்ற கற்பனையை அவிழ்த்துவிடலாம். அந்த இன் பமே தனி.

6) பதினேழு ஆண்டுகளாக அறக்கட்டளை அமைத்து இயல் விருது வழங்கிவருகிறீர்கள்... இவ்விருது பெருமைக்குரிய ஒன்றாக காலப்போக்கில் மாறியிருப்பதை எப்படிப் பார்க்கிறீர்கள்? இந்த விருது வழங்கல் தொடர்பான சுவாரசியமான அனுபவங்கள் இருப்பின் பகிர்ந்து கொள்ளுங்கள்

17 வருடங்களுக்கு முன்னர் நான் கனடாவுக்கு புலம் பெயர்ந்த போது ஒரு விசயத்தைக் கண்டுபிடித்தேன். கனடாவில், தமிழ் படைப் பாளிகளுக்கு சில அமைப்புகள் விருதுகள் வழங்கின. அதுபோலவே இந்தியாவிலும், இலங்கையிலும், அமெரிக்காவிலும், மலேசியாவிலும் அந்தந்த வருடம் வெளியாகும் நூல்களுக்கு பரிசுகள் வழங்கப்பட்டன. ஆனால் உலகளாவிய ரீதியில் தமிழ் படைப்புகளுக்கு பரிசுகளோ பாராட்டுகளோ கிடையாது என்பது வருத்தத்துக்குரிய விசயம். நோபல் பரிசு போலவோ, புக்கர் சர்வதேச விருது போலவோ உலகத் தமிழ் பரப்பில் அமையும் விருது தேவை என்று உணர்ந்தேன். சில வருடங்களுக்கு முன் அல்பேனிய மொழியில் எழுதிய இஸ்மாயில் காதருக்கு புக்கர் சர்வதேச விருது கிடைத்தது. அல்பேனிய மொழி பேசுவோர் உலகத்தில் 5 மில்லியன் மக்கள்தான். அப்படியிருந்தும் நல்ல மொழிபெயர்ப்பினால் நூல் உலகக் கவனத்துக்கு வந்து விருதும் பெற்றது. அந்த விருது எழுத்தாளருக்கு கிடைத்த விருது அல்ல அல்பேனிய மொழிக்கு கிடைத்த விருது. சர்வதேசக் கவனத்தை இது கொண்டுவந்தது. தமிழ் இலக்கியத் தோட்டம் இதைத்தான் செய்கிறது. கனடாவின் பிரபல பத்திரிகையான Toronto Star தமிழ் இலக்கியத் தோட்ட விருதை தமிழின் கில்லர் பரிசு என்று பாராட்டியது. எங்கள் நடுவர் குழு உலகளாவிய ஐந்து நபர்களைக் கொண்டது. ஒவ்வொரு வருடமும் புது நடுவர் குழு அமைக்கப்படும். உலகத்தில் எங்கேயிருந்து ஒரு நல்ல தமிழ் படைப்பு வெளிவந்தாலும் அதை எழுதியவரை தேடிப்பிடித்து கௌரவிக்க தமிழ் இலக்கியத்தோட்டம் பெருமுயற்சி எடுக்கும்.

7) *சமீபத்தில் கனடா பிரதமர் இந்தியா வந்திருந்தபோது தமிழர்கள் அவருக்கு சமூக ஊடகங்களில் வாழ்த்தும் வரவேற்பும் அளித்தனர். கனடா தமிழர்களுக்கு அவர் நண்பராக அறியப்பட்டார். கனடாவில் வாழும் தமிழர்கள் முக்கிய சக்தியாக வளர்ந்துள்ளனரா?*

பிரதமர் ஜஸ்டின் ரூடோ கனடியத் தமிழர்களுக்கு மிகவும் நெருக்கமானவர் என்றே சொல்லலாம். கனடிய நாடாளுமன்றத்தில் 338 அங்கத்தவர்கள் இருக்கிறார்கள். அதில் ஒருவர் தமிழர், பெயர் கரி ஆனந்தசங்கரி. அங்கத்தவராகத் தெரிவு செய்யப்பட்ட முதல் 11 மாதங்களிலேயே நாடாளுமன்றத்தில் 2016 அக்டோபர் 5ம் தேதி அவர் கொண்டுவந்த தீர்மானம் அனைத்துக் கட்சியினராலும் ஒருமனதாக ஏற்றுக் கொள்ளப்பட்டது. கனடா நாடு இனிவரும் ஒவ்வோர் ஆண்டும் சனவரி மாதத்தை தமிழ் மரபுத் திங்களாகக் கொண்டாடும். இது எத்தனை பெரிய சாதனை. ஜஸ்டின் ரூடோவின் அரசு இதைச் சாதித்தது.

கடந்த ஜூலை மாதம் கனடாவில் தமிழர் தெருவிழா கொண்டாடப்பட்டது. ஒரு லட்சத்துக்கும் அதிகமான தமிழ் மக்கள் பங்குபற்றினார்கள். கனடிய பிரதமர் ரூடோ வேட்டி சால்வையில் வருகை தந்து விழாவை வாழ்த்தினார்.

எனது வீட்டுக்கு மிகச் சமீபமாக , நாங்கள் விட்டு வந்த நிலத்தை ஞாபகப்படுத்தும் முகமாக ஒரு வீதிக்கு 'வன்னி வீதி' என்று பெயர் சூட்டப்பட்டிருக்கிறது. கனடிய மையநீரோட்டத்தில் தமிழர்கள் இணைந்து பல துறைகளிலும் வெற்றி பெறுகிறார்கள். இது பெருமை தரும் விடயம்.

8) *கனடிய நிலப்பரப்பு புதிதாக ஆசியாவில் இருந்து புலம் பெயர்ந்து வரும் தமிழர்களுக்கு பெரும் ஆச்சரியத்தை அளிப்பதாக இருந்திருக்கும். இது தொடர்பாக தங்கள் கேட்ட, பார்த்த, உணர்ந்த அனுபவங்களில் ஓரிரண்டு சொல்ல முடியுமா?*

குறிஞ்சி, முல்லை, மருதம், நெய்தல், பாலை என ஐந்து நிலங்களைத் தமிழர்கள் கொண்டாடினார்கள். பனிநிலம் மட்டும் பாடப்படவில்லை. அதைப்பற்றி கனடாவில் பாடுகிறார்கள், எழுதுகிறார்கள், கொண்டாடுகிறார்கள். இந்த நாடு இயற்கையுடன் இணைந்து எப்படி வாழவேண்டும் என்பதைச் சொல்லித் தருகிறது. இதை நான் எழுதிக்கொண்டிருக்கும்போது வெளியே பனி கொட்டுகிறது. இந்த நாட்டுக்கு இயற்கையுடன் நெருங்கிய உறவு உண்டு. மிருகங்கள் பறவைகள்கூட சம உரிமையுடன் வாழ்வதைப் பார்க்கலாம். 'பிறப்பொக்கும் எல்லா உயிர்க்கும்' தத்துவத்தை நேரே காணலாம்.

ரோட்டிலே வேகமாகப் போகும்போது 900 எடை மூஸ்மான் வீதியை கடக்கும். நூற்றுக்கணக்கான கார்கள் ஒன்றன்பின் ஒன்றாக பொறு மையாக காத்து நிற்கும். கறுப்பு அணில்கள் வீதியிலே விளையாடும் போது வாகனங்கள் சத்தம் செய்யாது கடக்கவேண்டும். அல்லாவிடில் விதி மீறல் குற்றம்.

கனடா என்றால் ஆதிகுடிகள் மொழியில் 'கிராமம்' என்று பொருள். ஆதிகுடிகளின் நாட்டைப் பறித்துக்கொண்டு அவர்களைத் துரத்திவிட்டோம். ஆனால் பெயரை எடுத்துக்கொண்டோம். இன்று ஆதிகுடிகளுக்கு பல நன்மைகள் வழங்கி பிராயச்சித்தம் தேடுகிறது கனடிய அரசு.

9) யாதும் ஊரே யாவரும் கேளிர் என்கிற தமிழரது தத்துவத்தை நேரடியாக அனுபவப்பட்டு உணர்ந்திருக்கும் எழுத்தாளராக உங்களைக் கருதுகிறோம்... அதுதான் பொதுத்தன்மையாக உங்கள் எழுத்துகளில் பிரதிபலிக்கிறது. அதுவே உங்களைத் தனித்தும் காட்டுகிறது... அதனாலேயே தமிழ் இலக்கியத்தின் மிகப்பெரும் சொத்தாக உங்களைக் கருதுகிறோம். தமிழர் என்ற அடையாளம் இருப்பினும் உலகக் குடி மகனாக தன்னை ஒருவர் உணர்கிற அனுபவத்தைக் கூறுங்கள்?

ஆதியில் தமிழர்கள் பயணம் செய்தார்கள். எகிப்து, சுமேரியா, ரோம், தாய்லாந்து, கம்போடியா என பல இடங்களுக்கும் பயணப் பட்டார்கள். சங்க இலக்கியத்தில் பொருள்தேடி கணவன் புறப்படும் செயல் அடிக்கடி பாடப்பட்டிருக்கும். பயணப்படும் ஒருவன்தான் 'யாதும் ஊரே, யாவரும் கேளிர்' என்று பாடமுடியும். 'நாடா கொன்றோ; காடா கொன்றோ' எனப் பாடினார் அவ்வை மூதாட்டி. ஒரு நாட்டின் மேன்மை மலைகளாலோ, காடுகளினாலோ மற்றும் இயற்கை வளங்களாலோ மேன்மைப் படுவதில்லை. அங்கு வாழும் மக்களினாலேயே அது பாராட்டுப்பெறுகிறது.

தமிழில் பயண இலக்கியத்தின் முன்னோடி ஏ.கே செட்டியார். இவர் பயணப்படாத நாடே இல்லை என்று சொல்லலாம். பயணம் ஒருவரின் பார்வையை விரிவாக்குகிறது. இதயத்தைத் திறக்கிறது. உயர்ந்தவர் தாழ்ந்தவர் இல்லை. அன்புநெறிதான் மனித வாழ்வுக்கு தேவை என்பதைக் கண்டுபிடித்து எழுதுகிறார்.

அவர் ஒரு சம்பவத்தை விவரிக்கிறார். அமெரிக்கத் தம்பதிகள் வீட்டுக்கு ஒரு விருந்தாளி வருகிறார். அவரும் தம்பதிகளுடன் மேசை யில் அமர்ந்து உணவருந்தியபோது உணவு முடிந்துவிட்டது. கனவனுக்கும் மனைவிக்கும் தந்தி மொழி தெரியும். கணவர் விரல் களினால் ரகசியமாக மேசையில் மெதுவாக தட்டி 'வேறு உணவு

இருக்கிறதா?' என்று கேட்கிறார். மனைவி அதே முறையில் 'முடிந்து விட்டது' என்று பதில் கூறுகிறார். விருந்தாளிக்கும் தந்தி முறை தெரியும். அவர் மெள்ள மேசையில் தட்டினார். 'போதியது சாப்பிட்டேன். நன்றி'. இப்படி மேலான பண்பு உலகம் எங்கணும் நிறைந்திருக்கிறது.

10) 1964லேயே முதல் சிறுகதைத் தொகுதியான அக்காவை வெளியிட்டுவிட்ட ஒரு எழுத்தாளராகிய நீங்கள், இன்று 2018ல் தன் முதல் சிறுகதைத் தொகுதியை வெளியிட்டு விட்டு உங்களை அணுகும் எழுத்தாளருக்கு என்ன சொல்வீர்கள்?

புது எழுத்தாளர்கள் முதல் தொகுப்புடன் வந்து முன்னுரை கேட்பார்கள். மறுத்தால் அடுத்தநாளே முகநூலில் திட்டி எழுதிவிடுவார்கள். அவர்கள் அப்படியொன்றும் புத்திமதி கேட்பதில்லை. அப்படித் தட்டித்தவறி யாராவது கேட்டால் நான் சொல்வதற்கு ஒன்றிருக்கிறது. 'எங்கள் பழைய இலக்கியங்களைப் படியுங்கள். சங்க இலக்கியத்தில் இல்லாத ஒன்றை நீங்கள் புதிதாகக் கண்டுபிடிக்கப் போவதில்லை. 'அரசனுக்குச் சொந்தமான அச்சம்தரும் யானையை ஆற்றிலே குளிப்பாட்ட அழைத்துச் செல்லும்போது பறை அடித்து எச்சரிக்கை செய்வீர்களே. பேரழகியான இந்தப் பெண் தெருவிலே நடக்கிறாள். ஆபத்தானவள். ஏன் பறையடித்து எச்சரிக்கை செய்யவில்லை?' கலித்தொகை.

11) இலக்கியமோ தமிழ்சார்ந்த செயல்பாடுகளோ தாயகத்துக்கு வெளியே கனடா தமிழர்கள் தான் இன்று முக்கிய பங்கு வகிக்கிறார்கள். மேற்குலகில் தமிழர்களைப் பொருத்தவரை கனடா நாடு இன்று முக்கிய வாழிடமாக உள்ளதன் காரணங்களைக் கூற இயலுமா?

தமிழர்கள் கனடா நாட்டுக்கு மிக நன்றியுடன் இருக்கிறார்கள். இங்கே தற்சமயம் 3 லட்சத்துக்கும் அதிகமான தமிழ் மக்கள் வாழ்கிறார்கள். தமிழ் அகதிகளை உலகம் ஒதுக்கியபோது கனடா நாடு கைநீட்டி வரவேற்றது. 1986ஆம் ஆண்டு 155 ஈழத்து அகதிகள் பல நாட்கள் கடலில் கப்பலில் தத்தளித்து நின்றபோது அவர்களை மீட்டெடுத்து கனடா வாழ்வு கொடுத்தது. அந்தக் கப்பலில் சாகக் கிடந்த ஒரு குழந்தை இன்று கனடாவில் புகழ்பெற்ற மருத்துவர். இழந்த நாட்டை ஈடுகட்ட இன்னொரு நாடு கிடைத்தது. இழந்த மொழியைக் கட்டியெழுப்ப கனடா அரசு உதவிசெய்கிறது. கனடிய அரசிடம் இருந்து எனக்கு கடிதம் வருகிறது. 'உங்கள் மொழியையும் கலாச்சாரத்தையும் கட்டியெழுப்ப நிதிவசதி செய்யத் தயாராக இருக்கிறோம். விண்ணப்ப படிவத்தை பூர்த்தி செய்து அனுப்புங்கள்.' உலகத்தில் வேறு எந்த நாட்டிலாவது இப்படி நடக்குமா?

12) சொந்தமாக நாடு இல்லாத மொழி அழிந்துவிடும் என்கிற கருத்தை பலமுறை கூறி இருக்கிறீர்கள். இன்று தமிழர்கள் உலகம் முழுக்க வியாபித்து, இணையம், சமூக ஊடகம் என உலகம் வலைப் பின்னலில் இணைந்திருக்கும் சூழலில் இந்தக் கருத்துக்கு மறு பரிசீலனை உண்டா?

ஒரே உதாரணத்தைத்தான் திரும்ப திரும்ப சொல்லவேண்டி யிருக்கிறது. ஐஸ்லாண்ட் என்பது சிறிய நாடு. மக்கள் தொகை மூன்று லட்சம். இந்த நாடு ஐஸ்லாண்டிக் மொழியை வளர்க்கிறது. உலகில் எங்கே ஆங்கிலத்தில் ஒரு புத்தகம் வெளிவந்தாலும் அதை உடனேயே ஐஸ்லாண்டிக் மொழியில் மொழிபெயர்த்து வெளியிட அரசு உதவுகிறது. அந்த நாட்டிற்கு ஒரு தேசிய கீதம் இருக்கிறது. கொடி இருக்கிறது. ஐ.நாவில் சம இடம் இருக்கிறது. மைக்ரோசாஃப்ட், அவர்கள் மொழியை முக்கியமான மொழிப்பட்டியலில் இருந்து நீக்கியபோது ஐஸ்லாண்ட் நாட்டின் தலைவர் பில்கேட்சுடன் வாதாடி ஐஸ்லாண்டிக் மொழியைச் சேர்க்கவைத்தார். தமிழுக்காக வாதாட யார் இருக்கிறார்கள்? தமிழுக்கு ஒரு நாடு இல்லை. இருந்திருந்தால் ஹார்வர்டில் தமிழ் இருக்கை 100 வருடங்களுக்கு முன்னரே அமைந் திருக்கும். இங்கிலாந்து சேக்ஸ்பியரை பரப்புவதற்கு வருடம்தோறும் லட்சக்கணக்கான பவுண்டுகளை செலவழிக்கிறது. ஐஸ்லாண்ட் என்று ஒரு நாடு இருக்கும்வரை ஐஸ்லாண்டிக் மொழி வாழும். ஒரு நாடு இருந்தால் தமிழ் மொழியின் மதிப்பே தனிதான். அதற்கு உலக மேடையில் உரிய கௌரவம் கிடைக்கும். மேலும் செழித்து வாழும். புகழ் ஓங்கும்.

இந்து நேர்காணல்

1. ஏன் எழுதுகிறீர்கள்?

உலகத்தை மேம்படுத்துவதற்காக என்றெல்லாம் சொல்லப்போவதில்லை. முதல் காரணம் எழுதும்போது கிடைக்கும் மகிழ்ச்சிதான். இதே கேள்வியை 500 புத்தகங்கள் எழுதிய அறிவியல் எழுத்தாளரான ஐஸக் அசிமோவிடம் கேட்டார்கள். அவர், 'வேறு என்ன? என்னுடைய டைப்ரைட்டரில் அடுத்து என்ன வார்த்தை வந்து விழுகிறது என்பதைப் பார்ப்பதில் கிடைக்கும் மகிழ்ச்சிக்காக எழுதுகிறேன்' என்றார். அவர் என்ன சொல்கிறார் என்றால் புதிதாக ஒன்றைப் படைக்கும்போது கிடைக்கும் இன்பத்தைத்தான். உலகத்தில், முன் இல்லாத ஒன்றை சிருட்டிப்பதில் உள்ள மகிழ்ச்சி வேறு எதில் உண்டு?

ஒரு பெண், குழந்தை பெற்றால் அது சாதாரண விசயமா? புது உயிரை உண்டாக்கும் மகத்தான காரியமல்லவா? ஒரு சிற்பி சிலையை வடிப்பதும், ஓவியர் புதிதாக ஒன்றை வரைவதும், இசையமைப்பாளர் புதிய இசையை உருவாக்குவதும் இந்த வகைதான். படைக்கும்போது எழுத்தாளருக்கு கிடைக்கும் மகிழ்ச்சி அதைப் படிக்கும் வாசகருக்கும் கிடைக்கிறது. மகிழ்ச்சி இரட்டிப்பாகிறது. இதுதவிர, உங்கள் படைப்பினால் உலகத்துக்கு ஏதாவது நன்மை கிட்டுமானால் அதைவிடப் பேரானந்தம் வேறு என்ன இருக்கமுடியும்.

ஒருமுறை பிரபல எழுத்தாளரும் விமர்சகருமான டி.எஸ். எலியட்டிடம் இதே கேள்வியைக் கேட்டிருக்கிறார்கள். அவர் இப்படிச் சொன்னார். 'நான் எழுதுவதால் என்னைப் பார்க்க சில பிரபலர்கள் வந்து போகிறார்கள். அதைப் படம் பிடித்து பத்திரிகைகள் வெளியிடுகின்றன. ஓர் அனுகூலம், என்னுடைய வீதி நுனியில் இருக்கும் மளிகைக்கடைக்காரன் தயங்காமல் கடன் தருகிறான்.' இதிலும் பார்க்க சிறந்த காரணம் வேறு என்ன வேண்டும்?

2. எந்த நேரத்தில் எழுதுகிறீர்கள்?

அதிகாலை நேரத்தில்தான் எழுதுகிறேன். காலை 5.30 மணியிலிருந்து 9 மணி மட்டும் எழுதுவேன். காலை உணவுக்கு பின்னர் இரண்டு மணி நேரம் எழுதலாம். ஆனால் ஊக்கம் குறைந்துவிடும்.

மதிய உணவுக்கு பின்னர் சோர்வு ஆரம்பித்துவிடும். அந்த நேரத்தில் வாசிப்பேன். வாசிப்பின் வெற்றி கையில் இருக்கும் புத்தகத்தைப் பொறுத்தது. மோசமான புத்தகம் முதல் இரண்டு நிமிடங்கள் முடிவதற்கு முன்னரே என்னைத் தூக்கத்துக்கு இட்டுப் போய்விடும். என்னுடைய எழுத்தாள நண்பரிடம் இதே கேள்வியை நான் கேட்டிருக்கிறேன். அவரும் காலைதான் எழுதுகிறார். ஆனால் ஒரு நாளில் அவருக்கு இரண்டு காலைகள். அதிகாலையிலிருந்து மதியம் வரை எழுதுவார். மதிய உணவுக்குப் பின்னர் ஒரு சிறு தூக்கம். எழுந்தவுடன் ஒரு நடைபோய்விட்டு வந்து மீண்டும் எழுதத் தொடங்குகிறார். ஒரு நாள், இரண்டு விடியல், இரண்டு எழுத்து. இதையும் முயற்சித்துப் பார்த்திருக்கிறேன். நான் வேகமான எழுத்தாளன் இல்லை. நாலு மணி நேரத்தில் சிலவேளைகளில் ஒரு பக்கம்தான் தேறுகிறது.

3. நீங்கள் எழுதிய ஒரு கதை/கட்டுரை/கவிதை/நாவல் என் எழுத்து வாழ்க்கையைப் பூர்த்தியாக்கியது என எதைச் சொல்வீர்கள்? ஏன்?

எழுத்தாளர் திருப்தியாவதே இல்லை. எந்த ஓர் எழுத்தாளரும் நான் எழுதி முடித்துவிட்டேன். என் எழுத்து வாழ்க்கை பூர்த்தியாகி விட்டது என்று சொன்னது கிடையாது. சொல்லவும் மாட்டார்கள். ரஸ்ய எழுத்தாளர் டோல்ஸ்டோய் 1300 பக்கங்கள் கொண்ட 'போரும் சமாதானமும்' நாவலை எழுதினார். எழுதி முடித்த பின்னர் பின் னுரை ஒன்று எழுதினார். அது திருப்தி தராமல் இன்னொரு பின் னுரை எழுதினார். மூன்றாவதாகவும் தன் நாவலை விளக்கி ஒன்று எழுதினார். இறுதிவரை அவருக்கு திருப்தி கிடைத்ததாகத் தெரிய வில்லை.

ஹார்வர்ட் பல்கலைக்கழகத்தில் விட்செல் என்ற பேராசிரியருக்கு 17 மொழிகள் தெரியும். அவர் சொல்வார் மனிதனுடைய சிந்தனையை முழுவதுமாக வெளியே கொண்டுவருவதற்கு மொழியினுடைய ஆற்றல் போதாது என்று. சிலவேளைகளில் அவர் ஆங்கிலத்தில் ஒரு கட்டுரை எழுதுவார். பாதியிலே ஒரு வார்த்தை தேவைப்படும். ஆங்கி லத்தில் அந்த வார்த்தை கிடையாது ஆனால் கிரேக்க மொழியில் ஒரு வார்த்தை உண்டு. இன்னொரு இடத்தில் வேறு சொல் தேவை யாக இருக்கும். அதற்கு பொருத்தமான வார்த்தை ஆங்கிலத்தில் இல்லை ஆனால் ஹிப்ருவில் இருக்கும். மனிதனுடைய சிந்தனையை முழுவதுமாகத் தருவதற்கு 17 மொழிகள் கூட போதாது. அப்படி யிருக்க ஒரு மொழி எப்படி போதுமானதாக இருக்கும். சிந்தனைக்கு ஓர் அடி பின்னே தள்ளித்தான் எழுத்து இருக்கிறது. அது சமமாகவே முடியாது.

4. எழுத்தில் நீங்கள் சோர்வாக உணர்வது எப்போது?

எப்பொழுதும்தான். நான் பல சிறந்த எழுத்தாளர்களைச் சந்தித் திருக்கிறேன். அவர்கள் ஒரு புத்தகம் கூட எழுதியது கிடையாது. ஆனால் சிந்தனையில் அவர்கள் பல நூல்களை உருவாக்கி வைத்திருக் கிறார்கள். அதை எழுத்தில் மாற்றுவதற்கு சோம்பல் இடம் கொடுக்க வில்லை. எழுத்தாளருடைய உண்மையான வெற்றி சோம்பலை தோற் கடிப்பதுதான்.

நான் கம்ப்யூட்டரில் எழுதும்போது அடிக்கடி நினைப்பது கம்பரைத்தான். 10,200 பாடல்களை அவர் இயற்றியிருக்கிறார். அது ஒன்றும் பெரிய காரியமில்லை. ஓலையை ஒரு கையிலே பிடித்து மறுகையில் எழுத்தாணியை எடுத்து அத்தனை பாடல்களையும் எழுதினாரே அதற்கு எத்தனை உடல் உழைப்பு தேவைப்பட்டிருக்கும். காவியம் படைக்கும்போது பாதியில் சோர்வு ஏற்பட்டிருந்தால் அவருடைய படைப்பு என்னவாகியிருக்கும்.

அதிகமாக எனக்கு சோர்வு நேர்ந்தது நேர்காணல் செய்யும் போதுதான். ஒருவரை முன்னும் பின்னும் துரத்தி தொந்தரவு செய்து நேர்காணலுக்கு தேதி வாங்கியிருப்போம். பல மைல்கள் பயணம் செய்ய வேண்டி வரலாம். இறுதியில் நேர்காணல் முடிந்து எழுதி திருத்தி பத்திரிகைக்கு அனுப்பிவிட்டு காத்திருக்கவேண்டும். நேர் காணல் கொடுத்தவர் வேறு ஆவலாக இருப்பார். பிரசுரிப்பதில் தாமதம் ஏற்படும்போது மிகவும் மனச்சோர்வாக உணர்வேன். அதைக் கடந்து மீண்டும் எழுத வருவது சிரமம்தான்.

5. எழுதுவது பற்றி உங்களுக்குக் கிடைத்த சிறந்த அறிவுரை எது?

வருடம் 1999 என்று நினைக்கிறேன். பல மைல்கள் பயணம் செய்து அமெரிக்காவில் சாந்தகுரூஸ் என்ற இடத்தில் திரு. சுந்தர ராமசாமியை சந்திக்கப் போயிருந்தேன். முதல் சந்திப்பு. நான் எழுதிய சில சிறுகதைகளை அவர் படித்திருந்தார். பாராட்டுகள் வந்திருந்தன. ஒன்றிரண்டு எதிர்மறையாகவும் இருந்தன. அப்பொழுது அவர் சொன்ன அறிவுரை இன்றுவரை பயனுள்ளதாகவே இருக்கிறது. 'திறனாய்வாளரை முற்றிலும் ஒதுக்கக்கூடாது. காழ்ப்புணர்வு விமர்சனம் என்றால் முதல் இரண்டு வரிகளிலேயே அதைக் கண்டுபிடித்துவிடலாம். அவற்றைப் பொருட்படுத்த வேண்டிய தில்லை. உங்கள் படைப்புத் திறனை அழிப்பதுதான் அவர்கள் நோக்கம். திறனாய்வாளர் வெளிப்படுத்திய கருத்தில் உண்மை இருந் தால் அதை மதிக்கப் பழகவேண்டும். நல்ல விமர்சனங்கள் எழுத்தை மேம்படுத்தும்.'

6. இலக்கியம் தவிர்த்து இசை, பயணம், சினிமா, ஓவியம், இத்தி யாதி... வேறு எது இல்லாமல் உங்களால் வாழ முடியாது? ஏன்?

கிடைக்கும் ஒவ்வொரு நிமிட அவகாசத்தில் ஏதாவது எழுதத் தோன்றும். அல்லது வாசிக்கவேண்டும். ஆகவே தொலைக்காட்சி பார்ப்பதோ, இசை கேட்பதோ அபூர்வமாகவே நடக்கிறது. வெங்கட் சாமிநாதன் கர்நாடக இசை குறுந்தகடு ஒன்று தந்தார். அதை அடிக்கடி கேட்பேன். துக்கமான சமயத்திலும் மகிழ்வான சமயத்திலும் அதே இசை மனதைச் சமநிலைப்படுத்துகிறது. சமீபத்தில் சினிமாவில் வந்த மெல்லிசைப் பாடல் ஒன்றை என் செல்பேசியில் ஏற்றி 100 தடவை கேட்டுக் கொண்டிருக்கிறேன். அதை எழுதியவர் கவிஞர் யுகபாரதி. இசையமைத்தவர் டி.இமான். 'கண்ணம்மா கண்ணம்மா' என்ற பாடல். யுகபாரதி அவருடைய குட்டி மகள் காவியாவை மனதில் வைத்து எழுதிய பாடல் என்று அறிந்தேன். ஆகவே அதில் எனக்கு ஈர்ப்பு அதிகம். இப்பொழுதும் அதைக் கேட்டபடியே எழுதுகிறேன்.

7. இதை இன்னும் வாசிக்காமல் இருக்கிறேனே என நீங்கள் நினைக்கும் புத்தகம் எது?

இன்னும் வாசிக்கவேண்டும் என நினைப்பது சங்க இலக்கியம் தான். எட்டுத்தொகை, பத்துப் பாட்டு ஆகியவற்றை நான் அவ்வப் போது படித்ததுண்டு ஆனால் முறையாகப் பாடம் கேட்டதில்லை. நேற்று 'மலைபடுகடாம்' நூலை எடுத்துப் பிரித்துப் பார்த்தேன். எந்தப் பக்கத்தைத் திறந்தாலும் ஒரு புதிய தகவல் அங்கே கிடைக்கும். இது ஆற்றுப்படை நூல். உலக இலக்கியங்களில் தமிழில் மட்டுமே ஆற்றுப் படை இலக்கியம் உள்ளது என்று சொல்வார்கள். பரிசு பெற்றுத் திரும்பும் ஒரு புலவன் இன்னொருவரிடம் இப்படி இந்த வழியால் போ உனக்கு அரசன் இன்ன இன்ன பரிசுகள் தருவான் எனச் சொல்வது. அப்படியான புலவரை அந்தக் காலத்து GPS, அதாவது புவி நிலை காட்டி என்று சொல்லலாம். கோல்ஃப் மைதானங்களைக் கடக்கும்போது எச்சரிக்கை பலகை காணப்படும். அதில் இப்படி எழுதியிருக்கும். 'கோல்ஃப் பந்துகள் வந்து விழும் அபாயம். எச்ச ரிக்கை.' அது போலவே மலைபடுகடாமில் புலவர் எச்சரிக்கிறார். 'கவண் கற்கள் வந்து விழும் இடம் . இந்த இடத்தை எச்சரிக்கையாக கடக்கவேண்டும்.' படிப்பேனோ என்னவோ ஆசைமட்டும் இருக்கிறது.

8. இலக்கியம் ஒருவரைப் பண்படுத்துமா?

உயர்ந்த இலக்கியம் அதைச் செய்கிறது. தன் முதிய வயதில் டோல்ஸ்டோய் எழுதிய நீண்ட கதை The Death of Ivan Ilyich அறம்

பற்றி பேசுவது. இவான் நீதிபதியாக இருந்து ஓய்வு பெற்றவர். ஒருவருக்கும் தீங்கிழைக்காத சாதாரண வாழ்க்கை அவருடையது. அவர் விபத்தில் சிக்கி கீழே விழுந்து காயம் பட்டு தீர்க்க முடியாத நோயாளியாகப் படுக்கையில் படுத்துவிட்டார். மருத்துவர் அவரிடம் உண்மை பேசுவதில்லை. மனைவி வேண்டா வெறுப்பாக நடந்து கொள்கிறார். ஒருவரும் அவருக்கு உண்மையாக இல்லை, ஒரேயொரு வேலைக்காரனைத் தவிர. அவர் கடவுளைப்பற்றியும், வாழ்க்கையின் அர்த்தத்தைப் பற்றியும் அறத்தைப்பற்றியும் தன் இறுதி காலத்தில் சிந்திக்கிறார். வாசக மனங்களையும் உண்மையை நோக்கி நகர்த்துகிறார்.

அமெரிக்கப் பல்கலைக்கழகங்கள் சிலவற்றில் மேலாண்மை பாடத்தின்போது இந்தக் கதை விவாதத்துக்கு எடுத்துக் கொள்ளப்படுகிறது. இது மனிதனை சிந்திக்க வைக்கிறது. வாழ்வின் அர்த்தம் பற்றிய தெளிவை உண்டாக்குகிறது. மேம்படுத்துகிறது.

காலைத் தொடுவேன்
(நிதி சேகரிப்பு அனுபவங்கள்)

ஹார்வர்ட்

ஹார்வர்ட் பல்கலைக்கழகத் தமிழ் இருக்கை ஆரம்பித்தபோது அந்தக் குழுவில் நானும் இருந்தேன். அமெரிக்காவைச் சேர்ந்த இரு மருத்துவர்கள் ஆரம்ப நிதி கொடுத்து தமிழ் இருக்கைக்கான சம்மதத் தைப் பெற்றுவிட்டார்கள். நிதியைப் பெற்றுக்கொண்ட அதிகாரியின் மனதில் என்ன இருந்தது என்பது ஒருத்தருக்கும் தெரியாது.

ஆறுமாதம் கழித்து அந்த மருத்துவர்களுடன் ஹார்வர்ட் அதி காரியை பார்க்க நானும் சென்றேன். வரவேற்பு பெண் தன் நகத்தைப் பார்த்துக்கொண்டே எங்களை அமரச் சொன்னார். அமர்ந்தோம். யன்னல் வழியாக அன்றைய கடைசி வெளிச்சம் வந்து கொண்டி ருந்தது. திடுக்கிட்டு நிமிர்ந்து எங்களை உள்ளே அனுமதித்தார். அதி காரி இழுப்பறையைத் திறந்து கடந்த முறை கொடுத்த காசோலையை வெளியே எடுத்தார். அவர் அதை வங்கியில் செலுத்தவே இல்லை. ஹார்வர்ட் தமிழ் இருக்கையின் மீது அவருக்கு நம்பிக்கையே கிடையாது. தமிழர்கள் ஒன்றுசேர்ந்து எப்படி ஆறு மில்லியன் டொலர்களை திரட்டப்போகிறார்கள் என்ற நம்பிக்கையீனம்தான் காரணம் என்று நினைக்கிறேன். ஆனால் எப்படியோ அவருக்கு ஆறு மில்லியன் டொலர்கள் திரட்டிவிடுவோம் என நம்பிக்கையூட்டி சம்மதத்தைப் பெற்றோம். எதிர்பாராத விதமாக பணம் வந்து குவியத் தொடங்கியது. கனடா, சீனா, இந்தியா, அமெரிக்கா, இலங்கை, ஆப்பிரிக்கா போன்ற இடங்களில் இருந்தெல்லாம் பணம் வந்தது. ஒரு கட்டத்தில் ஆறு மில்லியன் டொலர்களை தாண்டிய பின்னரும் பணம் தொடர்ந்து வந்தது. ஒரு பொது அறிவிப்பு வெளியிட்டு பணத்தை நிறுத்த வேண்டி நேர்ந்தது. என்ன பிரச்சினை என்றால் கொரியா நாட்டில் இருந்து ஒருவர் பத்து டொலர் அனுப்பினால் ஹார்வர்ட் அதற்கு ரசீது அனுப்பவேண்டும். கடிதத்தை தட்டச்சு செய்து ரசீதுடன் தபால் மூலம் அனுப்புவது முக்கியம். 10 டொல ருக்கு ரசீது என்றால் அதை அனுப்பும் செலவு 15 டொலர். ஹார்வர்ட் நன்கொடைகள் அனுப்பவேண்டாம் என்று சொல்லி எங்களிடம் கெஞ்சவேண்டி நேர்ந்தது.

சிறை சென்றவர்

இந்த நிதி திரட்டலின்போது நடந்த ஒரு சம்பவத்தை என்னால் மறக்க முடியாது. தமிழ்நாட்டில் ஒரு சின்னக் கிராமத்தில் இளைஞன் ஒருவன் ஏதோ குற்றம் செய்து நாலு வருடம் சிறையில் இருந்தான். அவன் வெளியேறியபோது அவனுடைய உழைப்பு கூலியை சிறை அதிகாரிகள் அவனிடம் கொடுத்தார்கள். அவன் செய்த முதல் வேலை அந்தப் பணத்தை ஹார்வர்டுக்கு அனுப்பியதுதான். எப்படியோ யாரையோ பிடித்து பணத்தைச் செலுத்திவிட்டான். அவனுக்கு ஹார்வர்ட் எங்கே இருக்கிறது என்ற அறிவு கிடையாது. ஹார்வர்ட் என்ற பெயரை எப்படி எழுத்துக்கூட்டுவது என்றுகூடத் தெரியாது. தப்பாக எழுதினாலும் எப்படியோ பணம் வந்து சேர்ந்து விட்டது. தமிழ்நாட்டில் ஒரு பத்திரிகை அவனை அணுகி எதற்காக பணம் அனுப்பினான் என்று கேட்டது. அவன் 'ஹார்வர்ட் உலகப் புகழ்பெற்ற பல்கலைக்கழகம் என்று சொல்கிறார்கள். தமிழ் நாட்டில் தமிழ் வளராது. ஆங்கிலம்தான் வளரும். வெளிநாட்டில் இப்படியான பல்கலைக்கழகத்தில்தான் தமிழ் வளரும். அதுதான் பணம் அனுப்பினேன்' என்றான்.

அவசரமாக அழைத்தவர்

ரொறொன்ரோ பல்கலைக்கழகத்து தமிழ் இருக்கைக்கு நிதி திரட்டிய அனுபவம் வேறுமாதிரி இருந்தது. ஹார்வர்ட் போல நிதி வேகமாக வராவிட்டாலும் முன்னேற்றம் திட்டமிட்டபடிதான் நடந்தது. மூன்று மில்லியன் டொலர்கள் தேவை. நாங்கள் நிதி திரட்ட பலவிதமான உத்திகளைப் பயன்படுத்தினோம். ஒரு வருட காலத்தில் ஒரு மில்லியன் டொலர்கள் சேகரமாகிவிட்டது. பார்க்கப்போனால் அது ஒருவிதத்தில் வெற்றிதான்.

நான் ஒரு சமயம் பொஸ்டனில் இருந்தேன். அவசரமாக ஒரு டெலிபோன் அழைப்பு கனடாவிலிருந்து வந்தது. முன்பின் தெரியா ஒருவர் சொன்னார், 'தமிழ் இருக்கை முக்கியமானது. இதைப்பற்றி பேப்பரில் படித்து தெரிந்துகொண்டேன். நானும் இந்த முயற்சியில் பங்குபற்றுவேன். உங்கள் குழு மிகவும் தாமதமாகவும், வேகமில்லாமலும் செயல்படுகிறது. எனக்கு விஜய் டிவியை தெரியும். சன் டிவியை தெரியும். ஓர் இரவுக்குள் என்னால் 50,000 டொலர்கள் திரட்ட முடியும். உடனே வாருங்கள்' என்றார்.

எனக்கு மகிழ்ச்சி சொல்லமுடியாது. பல தொலைபேசி அழைப்புகள்; பல மின்னஞ்சல்கள். கடைசியில் ஒருநாள் ரொறொன்ரோ உணவகம் ஒன்றில் சந்தித்து விரிவாகப் பேசி திட்டமிடுவதென்று தீர்மானித்தோம். நான் காத்திருந்தேன். முதலில் அவர் வந்தார்.

அ.முத்துலிங்கம்

பின்னால் அதே உயரமான மனைவி; அதே பருமன். பின்னால் நாலு குழந்தைகள். பெரும் ஆரவாரமாகவும், கூச்சலாகவும் இருந்தது. 50,000 டொலர் திரட்டி வைப்பதாகச் சொல்லியிருந்தார். அது பற்றிய பேச்சே இல்லை. சந்திப்பு முடிந்ததும் கார் கண்ணாடி துடைப்பான்போல இரண்டு பேரும் ஒரே நேரத்தில் சாய்ந்து, ஒரே நேரத்தில் எழும்பி, ஒரே நேரத்தில் நடந்தனர். மேலும் மூன்று வாரங்கள். மறுபடியும் சந்திப்பு. இது இப்படியே போனது. ஒன்றுமே பெயரவில்லை.

நாலு மாதங்கள் ஓடிவிட்டன. மதிய உணவுக்கு வழக்கம்போல சந்தித்தோம். அவர் கழுத்திலே தடித்த சங்கிலி. என்னுடன் பேசுவதும், கையிலே கட்டியிருந்த அப்பிள் கடிகாரத்தில் செய்திகள் பார்ப்பதுமாக நேரம் ஓடியது. இது எங்கே போகிறது என்றே எனக்கு தெரியவில்லை. அன்று துணிந்து அவரிடம் கேட்டேன். 'உங்கள் நண்பர்களும், டிவி காரர்களும் பணம் தரும்போது தரட்டும். நீங்கள் ஒரு நன்கொடை கொடுக்கலாமே. எவ்வளவு எழுதலாம் என்று நன்கொடை உறுதிப் பத்திரத்தை வெளியே எடுத்தேன். அவர் மிரண்டுவிட்டார். இதை எதிர்பார்க்கவில்லை என்று நினைக்கிறேன். பெரும் யோசனைக்கு பின்னர் சொன்னார்,' என்னால் 100 டொலர் கொடுக்கமுடியும். இந்த மாதம் 50 டொலர்; அடுத்த மாதம் 50 டொலர்.'

நான் அன்றைய 8 பேரின் உணவுக்கான தொகை $162 ஐக் கட்டிவிட்டு வெளியேறினேன்.

அழகிப் போட்டி

சில வாரங்களுக்கு முன்னர் கனடாவில் உலகத் தமிழ் அழகிப் போட்டி நடந்தது. பல நாடுகளிலிருந்து தமிழ் பெண்கள் பங்கு பற்றினார்கள். இதில் முதலாவதாக வந்தது ஓர் இலங்கைப் பெண். அவருடைய பெயர் தக்சிணி சிதம்பரப்பிள்ளை. அவருடைய நேர் காணல் ஒன்றைப் பார்க்க நேரிட்டது. நல்ல தமிழில் சொல்ல வந்த சொற்களை விழுங்காமல் நிதானமாகப் பேசினார். அவர் சொன்னது இதுதான். 'கனடாவில் என்னை ஆச்சரியப்படுத்தியது சி.என் கோபுரமல்ல; நயாகரா நீர் வீழ்ச்சியுமல்ல. கனடாவில் முதல் இடத்தில் இருக்கும் ரொறொன்ரோ பல்கலைக்கழகத்தில் தமிழ் இருக்கை அமைய இருக்கும் செய்திதான். என்னை இது மிகவும் மகிழ்ச்சிப் படுத்தியது. உலக அழகிப் பட்டம் என்பது ஒரு வருடம்தான். ஆனால் இங்கே அமையப் போகும் தமிழ் இருக்கை என்றென்றும் நிலைத் திருக்கப்போகிறது என்பது எத்தனை பெருமையான விடயம். தமிழ் இருக்கை அமைத்தவர்களின் நன்கொடை பட்டியலில் என் பெயரும் இருக்கவேண்டும் என ஆசைப்படுகிறேன். ஆகவே ரொறொன்ரோ தமிழ் இருக்கைக்கு என்னால் இயன்ற சிறிய தொகையை நன்கொடை யாக வழங்குகிறேன்.' அவரை தமிழ் இருக்கை ஆச்சரியப்படுத்தியது

போல அவருடைய செய்கையும் எங்களை ஆச்சரியப்படுத்தியது. அவருடைய தமிழ் பற்று மேலும் வளரட்டும்.

பத்து ஏக்கர் செல்வந்தர்

பொது வாழ்க்கையில் நிதி சேகரிப்பவர்களுக்கு பல அவமானங்கள் நேர்ந்திருக்கின்றன. ஒரு நகரத்து மக்கள் பொது நீச்சல் குளம் கட்டத் தீர்மானித்தார்கள். வீடு வீடாகப் போய் அதற்காக பணம் சேர்த்தார்கள். ஒரு வீட்டில் போய் கதவைத்தட்டி பொது நீச்சல் குளம் கட்ட உதவி என்று யாசித்தபோது வீட்டுக்காரர் உள்ளே சென்று ஒரு வாளி தண்ணீர் கொண்டு வந்து கொடுத்தார். இது மிகையல்ல, அடிக்கடி நடப்பதுதான்.

கனடாவின் அதிசெல்வந்தர்களில் ஒருவரிடம் அவரை சந்திப்பதற்கு நேரம் வாங்கிவிட்டேன். இவர் சிறுவயதில் அகதியாக பெற்றோருடன் கனடாவுக்கு வந்தவர். அந்த வயதில் அவருக்கு தமிழ் அன்றி வேறு ஒரு மொழியும் தெரியாது. அவரை வகுப்பில் சேர்த்த போது ஆங்கிலம் தெரியாததால் அவராகவே ஆசிரியரிடம் வேண்டி ஒரு வகுப்பு கீழே இறங்கி படிப்பைத் தொடங்கியவர். ஆரம்ப தடங்கலைத் தாண்டி இங்கேயே படித்து முன்னேறி சொந்தமாக கம்பனி தொடங்கி மிகப் பெரிய செல்வந்தராக குறுகிய காலத்தில் உச்சத்தை அடைந்திருந்தார்.

அவருடைய வீடு பத்து ஏக்கர் நிலத்தில் அமைந்திருந்தது. கேட்டுக்கு வெளியே நின்று செல்பேசியில் அழைக்க அவர் அங்கிருந்த படியே கேட்டைத் திறந்துவிட்டார். வாசலிலே உள்ள காலநிலைக்கும் வீட்டின் எல்லையில் உள்ள கால நிலைக்கும் வித்தியாசம் இருக்கும் என்று சொன்னார்கள். அத்தனை பெரிய வீடு. நாலு பிள்ளைகள். ஒவ்வொருவரும் வீட்டிலே ஒவ்வொரு திசையில் இருந்தபடியால் ஒலிபெருக்கி மூலம் அவர்களுக்கிடையில் உரையாடல்கள் நடந்தன. அவருடைய மனைவி விருந்துக்கு புறப்பட்டவர்போல நீண்ட ஆடை யணிந்திருந்தார். தேநீர் கொண்டுவந்தபோது பறவை சிறகடிப்பது போல அவருடைய ஆடை மடிந்து மடிந்து விரிந்தது அவருடைய நடைபோல அழகாயிருந்தது.

என்னைக் கேட்காமலே சீனி போட்ட தேநீரை அருந்தியபடியே நான் விசயத்தைச் சொன்னேன். அவர் அமைதியாகக் கேட்டார். இடைக்கிடை செல்பேசி அழைப்பு வந்தபோது அதைத் தடுத்து உரையாடலைத் தொடர்ந்தார். எல்லாவற்றையும் பொறுமையாகக் கேட்டபின்னர் ஒரேயொரு கேள்வி கேட்டார். 'என்னுடைய பிள்ளைகளுக்கு தமிழ் பேசவோ, எழுதவோ தெரியாது. அவர்கள் ஆங்கிலமும், பிரெஞ்சும் படிக்கிறார்கள். ரொறொன்ரோ பல்கலைக்கழகத்தில் தமிழ்

இருக்கை அமைவதால் எனக்கோ என் பிள்ளைகளுக்கோ என்ன பிரயோசனம்?' எனக்கு வாய் அடைத்துவிட்டது. 'உங்களுடைய அம்மா உங்களை குழந்தையாக மடியில் கிடத்தி என்ன மொழியில் பேசினார்?' என்று கேட்டேன். அவர் தமிழ் என்றார். நான் வேறு ஒன்றுமே பேசவில்லை. விடைபெற்றுக்கொண்டு திரும்பினேன்.

ஒரு சிறுமியும், மூன்று யுவதிகளும்

சிறுமியின் பெயர் நேயா. இந்தியாவிலிருந்து தன் பெற்றோருடன் சுற்றுலாப் பயணியாக கனடா வந்திருந்தார். உணவகத்தில் இவர்களைச் சந்தித்தேன். சிறுமி இட்லி என்றார், பின்னர் மசாலா தோசை என ஊசலாடி இறுதியில் ஊத்தப்பத்தில் உறுதியானார். நான் 'சலம் புணர் நேயா' என்றேன். நான் அவரைத் திட்டினேன் என்று நினைத்தார். அவருடைய தகப்பன் மனதை மாற்றும் நேயா என்று பொருள் சொல்ல சிறுமி சமாதானமானார். தகப்பன் தமிழ் பற்றாளர். தமிழுக்கு பல நாடுகளில் நன்கொடைகள் வழங்கியிருக்கிறார். தமிழ் இருக்கை பற்றி கேள்விப்பட்டு கணிசமான தொகையை நன்கொடையாக வழங்கினார். இந்தச் சிறுமியும் தன் பங்குக்கு 50 டொலர் தந்து ரசீது தன்பெயருக்கு வரவேண்டும் என கட்டளையாகக் கேட்டுக் கொண்டார்.

முதலாம் இடம்

ரொறொன்ரோவில் வதியும் சரண்யா ஜெயகாந்தன் கல்விச் சபையின் (TDSB) கீழ்வரும் பாடசாலைகளில் பல்கலைக்கழக புகுமுக வகுப்பு தேர்வுகளில் முதல் இடம்பெற்ற நால்வரில் ஒருவர். இவருடைய பெற்றோர் யாழ்ப்பாணம் வடமராட்சியை சேர்ந்தவர்கள். சரண்யா மேல் படிப்பிற்காக வாட்டர்லூ பல்கலைக்கழகத்துக்குச் செல்ல இருக்கிறார். இவருடைய வெற்றியை பாராட்டி பலர் நேரில் வாழ்த்தினார்கள். சிலர் கடிதம் மூலம் தங்கள் மகிழ்ச்சியை தெரிவித்தனர். ஓர் அன்பர் எதிர்பாராத பரிசுப் பொருளை வழங்கினார். சரண்யாவின் பெயரில் அவர் ரொறொன்ரோ பல்கலைக்கழக தமிழ் இருக்கைக்கு நன்கொடை வழங்கினார்.

சாக்குத்துணி தாம்பூலப் பை

எனக்கு சாக்குத் துணியில் செய்த தாம்பூலப் பை ஒன்று கும்பகோணத்திலுள்ள சின்னக் கிராமத்திலிருந்து வந்தது. பிரித்துப் பார்த்த நான் ஆச்சரியப்பட்டேன். அதில் இப்படி அச்சடித்திருந்தது.

தொட்டனைத் தூறும் மணற்கேணி மாந்தர்க்கு
கற்றனைத் தூறும் அறிவு.

Tamil Chair Inc
University of Toronto, Canada.

ரொறொன்ரோ பல்கலைக்கழக தமிழ் இருக்கைக்கும் தாம்பூலப் பைக்கும் என்ன சம்பந்தம்? அதை அனுப்பியவரையே அழைத்துக் கேட்டேன். அவர் சொன்னார் 'வேறு ஒன்றுமில்லை, விளம்பரம்தான். கல்யாண வீட்டுக்கு வந்த ஒவ்வொருவருக்கும் பை வழங்கப்பட்டது. அவர் வாசகத்தைப் பார்ப்பார். அந்தப் பை வேறு ஒருவர் கைக்கு போகும். அவரும் வாசகத்தைப் பார்ப்பார். இப்படி இந்தச் செய்தியை பத்தாயிரம் பேராவது படிப்பார்கள்' என்றார். ஒருவாரம் கழித்து அதே வீட்டில் ஒரு தம்பதியரின் அறுபதாம் ஆண்டு நிறைவு விழாவும் நடந்தது. அந்த விழாவில் ரொறொன்ரோ பல்கலைக்கழக தமிழ் இருக்கைக்கு ஒரு லட்சம் ரூபாய் நன்கொடை அந்தத் தம்பதியினரால் வழங்கப்பட்டது.

அந்த தம்பதியினரின் வீடு, ரொறொன்ரோவிலிருந்து 13,000 கி.மீட்டர் தூரத்தில் ஒரு சின்னக் கிராமத்தில் இருந்தது. இவர்கள் ரொறொன்ரோ பல்கலைக்கழகத்தைப் பார்த்ததில்லை. அங்கே இவர்களுடைய சொந்தக்காரர் யாராவது படித்ததும் கிடையாது. இதனால் பெரிய புகழ் ஒன்றும் இவர்களுக்கு கிட்டப் போவதில்லை. இவர்களுக்கும் ரொறொன்ரோ தமிழ் இருக்கைக்கும் என்ன சம்பந்தம்? ஒன்றுமே இல்லை, தமிழ் என்னும் மொழி தான். அறுபது வயது தம்பதியினருக்கு இந்த நன்கொடையால் என்ன பிரயோசனம்? பத்து ஏக்கர் வீட்டுக்காரருக்கு இதுதான் பதில்.

சுந்தர் பிச்சையை தெரியும்

சுந்தர் பிச்சையை எனக்குத் தெரியும்.

யார் அது?

இது என்ன? கூகிள் நிறுவனத்தின் தலைவர்.

ஓ, அவரா? எப்படித் தெரியும்?

என் பக்கத்து வீட்டுக்காரரின் மாமனாரும், சுந்தர் பிச்சையின் பெற்றோரும் சிநேகிதர்கள்.

எப்படி?

அவர்கள் பஜனைக்கு ஒன்றாகப் போவார்கள், வருவார்கள்.

அப்படியா?

என்ன இப்படிச் சொல்லிவிட்டீர்கள். சுந்தர் பிச்சையின் சம்பளம் எவ்வளவு தெரியுமா? வருடத்திற்கு 2 மில்லியன் டொலர்கள்.

அதனால் எனக்கு என்ன?

அ.முத்துலிங்கம் ◆137

அவர் நினைத்தால் ரொறொன்ரோ தமிழ் இருக்கைக்கு ஒரு மில்லியன் டொலர் கொடுப்பார். அது அவருக்கு காசே அல்ல.

அவருக்கு எத்தனையோ வேலை. இன்னும் எவ்வளவு பணம் சேர்க்கவேண்டும். இதற்கெல்லாம் கொடுப்பாரா?

அப்படிவிட முடியாது. நான் மாமாவுக்கு இப்பவே எழுதுகிறேன். ஒரு மில்லியன் டொலர் காசோலை வரும். அதற்கு நான் உத்தரவாதம்.

எப்படி வரும்?

கூரியரில்தான். நேராக ரொறொன்ரோ பல்கலைக்கழக முகவரிக்கு அனுப்பிவிடுவார்.

எப்படி முகவரி கிடைக்கும்?

உலகத்துக்கே தேடுதலை சொல்லிக் கொடுத்தவர். அவருக்கு ஒரு முகவரி தேடுவதா பிரச்சினை?

நண்பர் சொன்னபடியே தன் மாமாவுக்கு எழுதிப்போட்டார். அவருடைய மாமாவும் இதோ அதோ என்று சொன்னார். நினை வூட்டல்களும் அனுப்பினார். இப்பொழுதெல்லாம் நண்பர் கண்ணில் படுவதே இல்லை. நானோ நம்பிக்கை இழக்கவில்லை. யார் கண்டது? நான் எழுதிக்கொண்டிருக்கும் இந்த நேரம் கலிஃபோர்னியாவிலிருந்து காசோலை கிளம்பியிருக்கும்.

இரு பெண்கள்

அவரை அடிக்கடி கூட்டங்களில் சந்தித்தேன். தங்கமலர் என்று பெயர். எழுபது வயது இருக்கும். தமிழ் இருக்கைக்கு தான் பணம் சேர்க்கப்போவதாகச் சொன்னார். சரி என்றேன். வாசலைக் கடந்ததும் மற்றவர்கள்போல மறந்துவிடுவார் என நினைத்தேன். ஒரு மாதம் கழித்து தொலைபேசி வந்தது. 5000 டொலர்கள் சேகரித்துவிட்டார். வீடு வீடாகப் போய் கதவுகளைத் தட்டி பணம் சேர்த்திருந்தார். வெளிநாட்டில் இருப்பவர்களையும் டெலிபோனில் அழைத்து பணம் திரட்டியிருக்கிறார். நன்றி என்று சொன்னேன். அவர் சொன்னார், 'ஐயா, தொடக்கத்தில் எனக்கு நிறைய சிநேகிதிகளும் சில எதிரிகளும் இருந்தார்கள். இப்போ எதிரிகள் அதிகரித்துவிட்டார்கள்' என்றார். 'நிதி சேகரிப்பவர் எல்லோருக்கும் நடப்பதுதான்' என்று ஆறுதல் படுத்தினேன்.

இந்த சகோதரிகளின் பெயர்கள் ஆதினி மற்றும் மீனாட்சி. இவர்களுக்கு சிநேகிதி ஒருவரிடமிருந்து Bridal Shower (மனப்பெண் நீராட்டு) நிகழ்வுக்கு அழைப்பு வந்திருந்தது. அழைப்பிதழில் பரிசுகள் வேண்டாம் என்ற வேண்டுகோள். ஆகவே இவர்கள் வித்தியாசமான ஒன்றைச் செய்தனர். மணமகள் பெயரில் ரொறொன்ரோ தமிழ் இருக்கைக்கு நன்கொடை வழங்கி தங்கள் வாழ்த்தைத் தெரிவித்தனர்.

இரு வாசகர்கள்

பெயர் உதயகுமாரி. நல்ல வாசகர். எழுத்தாளர்களைத் தேடித் தேடி சந்திப்பார். இவரிலும் பார்க்க இவருடைய பிள்ளைகளின் தமிழ் பற்று நம்பமுடியாததாக இருக்கும். பிள்ளைகள் தங்கள் பெயர்களைத் தேன்மொழி என்றும் தமிழ்செல்வன் என்றும் தாங்களாகவே மாற்றிக் கொண்டவர்கள். ஒருநாள் உதயகுமாரி என்னிடம், 'தமிழ் இருக்கை நிதி இந்தமாதம் இலக்கை அடைந்துவிட்டதா?' என்று கேட்டார். நான் 8000 டொலர்கள் குறைகிறது என்று சொன்னேன். அவர் உடனே 8000 டொலர்களுக்கு ஒரு காசோலை எழுதி நன்கொடையாக வழங்கினார். அவர் பெரிய செல்வந்தர் அல்ல. ஆனால் ஒரு நிமிடம் கூடத் தயங்காமல் இந்த தானத்தை செய்தார்.

இதேபோல இன்னொரு ஆர்வமான வாசகர். அவருடைய பெயர் தனசேகரன் மகாலிங்கம். பாண்டிச்சேரி மருத்துவக் கல்லூரி யில் உயர் பதவியில் இருக்கிறார். இவரைத் தொலைபேசியில் அழைத்து ரொறொன்ரோ தமிழ் இருக்கை பற்றி சொன்னேன். அமைதியாக நான் சொன்னதை கேட்டார். 'என்னால் ஆனதை முயற்சி செய் கிறேன்' என்றார். வாக்கு கொடுக்கவே இல்லை. சில நாட்கள் கழிந்து ரொறொன்ரோ பல்கலைக்கழகத்திலிருந்து எனக்கு தொலைபேசி வந்தது. தனசேகரன் 1,845 டொலர்கள் அனுப்பியிருப்பதாகச் சொன் னார்கள். இப்படி எதிர்பாராமல் பணம் வரும்; மிக எதிர் பார்த்த இடத்திலிருந்து ஒன்றுமே பெயராது.

இளம் எழுத்தாளர்

நிதி சேகரிப்பு, வெற்றி தோல்விகள் நிறைந்ததுதான். முன்பின் தெரியாத ஓர் இளம் எழுத்தாளர் தன்னுடைய புத்தகம் ஒன்றுக்கு முன்னுரை கேட்டிருந்தார். முன்னுரை எழுதச் சொல்லி யார் கேட்டாலும் எனக்கு நடுக்கம் பிடித்துவிடும். ஏன் என்றால் ஒரு முன்னுரை எழுதும் நேரத்தில் நான் மூன்று கட்டுரை எழுதிவிடுவேன். அத்துடன் ரொறொன்ரோ பல்கலைக்கழக தமிழ் இருக்கைக்கு நிதி சேர்ப்பதில் நான் ஒவ்வொரு நிமிடத்தையும் செலவழித்தேன். ஆகவே சில மணி நேரத்தைத் திருடித்தான் முன்னுரை எழுதவேண்டும். நான் எழுத்தாளரிடம் இப்படிச் சொன்னேன். 'எப்படியும் நேரம் சம்பாதித்து முன்னுரை எழுதிவிடுகிறேன். நீங்கள் ஓர் உதவி செய்ய முடியுமா?' 'சொல்லுங்கள், ஐயா காத்திருக்கிறேன்.' 'உங்கள் எழுத்திலிருந்து நீங்கள் தமிழ் பற்றாளர் என்பது தெரிகிறது. ரொறொன்ரோ தமிழ் இருக் கைக்கு உங்கள் உறவினர்களிடமிருந்தும், நண்பர்களிடமிருந்தும் ஆத ரவு திரட்ட முடியுமா? எத்தனை சிறு நன்கொடை என்றாலும் பரவா யில்லை. அதை நேரே பல்கலைக்கழக வங்கிக் கணக்குக்கு அனுப்பி

விடுங்கள்' என்றேன். மிக்க மகிழ்ச்சியுடன் 'செய்கிறேன், செய்கிறேன்' என்று உறுதியளித்தார்.

வாக்குக் கொடுத்தபடியே எழுத்தாளரின் புத்தகத்தை இருதரம் வாசித்து குறிப்புகள் எடுத்து முன்னுரை எழுதினேன். நாலு தடவை திருத்தங்கள் செய்தேன். முன்னுரை திருப்தியாக அமைந்ததும் எழுத்தாளருக்கு அனுப்பிவைத்தேன். அவரும் நன்றாக இருக்கிறது என்று பாராட்டினார். அது மூன்று மாதங்களுக்கு முன்பு. பின்னர் புத்தகம் வெளிவந்துவிட்டதாகக் கேள்விப்பட்டேன். என்னுடைய முன்னுரையினால் ஒரு பிரதிகூட அதிகமாக விற்காது என்பது எனக் குத் தெரியும்; ஒன்றிரண்டு குறைவாகக்கூட விற்றிருக்கலாம். எனக்கு ஒரு பிரதி அனுப்புவார் என எதிர்பார்த்தேன். கிடைக்கவில்லை. ஒவ்வொரு வாரமும் பல்கலைக்கழகத்தை அழைத்து இன்னார் பணம் அனுப்பினாரா என்று கேட்பேன். அவர்கள் இல்லை என்பார்கள். அது ஆறுமாதம் முன்னர். இப்பொழுது கேட்பதை நிறுத்திவிட்டேன்.

இசையமைப்பாளர் இமான்

ரொறொன்ரோ பல்கலைக்கழக தமிழ் இருக்கை அமைக்கும் முயற்சியில் எங்களுக்கு உதவியவர்களில் என்னால் என்றும் மறக்க முடியாதவர் இசையமைப்பாளர் இமான். இவர் தொடர்ந்து ஈழத்து கலைஞர்களை ஊக்குவித்து வருகிறார். முதலில் 'செந்தூரா' பாடல் கொடுத்து லட்சுமி சிவனேஸ்வரலிங்கத்தை உலகம் வியக்கும் பாடகியாக்கினார். பின்னர் ஸ்ருதி பாலமுரளிக்கு 'நம்ம வீட்டு பிள்ளை' படத்தில் வயலின் வாய்ப்பு வழங்கினார்.

ஆனால் நான் சொல்ல வந்த விசயம் வேறு. வெளிநாட்டிலிருந்து இசைக்கலைஞர்களை கனடாவுக்கு வருவிக்கும்போது செலவுகள் எக்கச்சக்கமாக ஏறிவிடுகின்றன. பல நேரங்களில் வருமானத்திலும் பார்க்க செலவு அதிகமாகிவிடுவதால் பெரும் நட்டம் ஏற்படுகிறது. ரொறொன்ரோ தமிழ் இருக்கைக்கு அடையாளமாக இருக்கவும், நிதி சேகரிக்கும் வேலையை இலகுவாக்கவும், ஒரு கீதம் அமைய வேண்டும் என்று ஆசைப்பட்டோம். முதலில் பாடல் எழுதுவதற்கு நான் யுகபாரதியை அணுகினேன். 30 வருடங்களுக்கு முன்னர் ஒரு ரோட்டோரக் கடையில் நாங்கள் இருவரும் சீனிபோடாத தேநீர் அருந்தியிருக்கிறோம். அது ஒன்றுதான் எங்களுக்கான தொடர்பு. உடனேயே பாடல் எழுத ஒப்புக்கொண்டார். கனடிய நண்பர் ஒருவர் இமானை கீதம் அமைக்க கேட்டுக்கொண்டார். பாட்டை சுப்பர் சிங்கர் திவாகர் பாடினார். பாடல் தயாரான பின்னர் அதை வெளி யிட இமான் கனடா வரவேண்டும். ஆனால் அதற்கு கொடுப்பதற்கு எங்களிடம் பணமில்லை. இமான் தன் செலவிலே கனடாவுக்கு

பயணம் செய்தார். அவர் செலவிலேயே ஹொட்டலில் தங்கி இசையை வெளியிட்டுவிட்டு இந்தியா திரும்பினார். எங்களுக்கு ஒருசதம் செலவு வைக்கவில்லை. என் பொது வாழ்க்கையில் இப்படி யான ஒரு நல்ல உள்ளத்தை நான் கண்டதே கிடையாது. அவருடைய தமிழ் பற்று அசரவைத்தது. அவர் நெடுநாள் வாழ்ந்து சேவை செய்ய பிரார்த்திக்கிறேன்.

அறிஞர் போற்றுதும்

எஸ்.ஆர்.வி பள்ளி (திருச்சி) பற்றி பலரும் அறிந்திருப்பீர்கள். தமிழ்நாட்டில் மிகப் பிரபலமான பள்ளிக்கூடம். இவர்கள் வருடாந்தம் பிரம்மாண்டமான விருது விழா எடுப்பார்கள். இரண்டு மாதங்களுக்கு முன்னர் 'அறிஞர் போற்றுதும் 2019' விழாவுக்கு வரும்படி தலைவர் துளசிதாசன் எனக்கு வேண்டுகோள் விடுத்தார். கல்வெட்டியல் அறிஞர் எ.சுப்பராயலு, சு.வெங்கடேசன் M.P, Dr. P.S.மகாதேவன், உமா மகேஸ்வரி ஆகியோர் அழைக்கப்பட்டிருந்தனர். அழைப்பிதழை பார்த்த நான் திகைத்துவிட்டேன். 'கனடா டோரண்டோ பல்கலைக் கழக தமிழ் இருக்கை விருது' என்று எழுதியிருந்தது. விருதுப்பணத்தை பெறுவதற்கு நான் போயே ஆகவேண்டும். எத்தனை பேர் வருவார்கள் என்று விசாரித்தேன். 7000 பேர் என்றார். நான் பேசிய ஆகப்பெரிய கூட்டத்தில் சபையோரின் எண்ணிக்கை 70 தான். வீடியோப் பேச்சை அனுப்பிவைக்கலாமா என்றேன். சரி என்றார்.

விழா சிறப்பாக முடிந்தது. பத்திரிகை செய்திகளை நண்பர் அனுப்பிவைத்தார். என் சார்பாக எழுத்தாளர் இமையம் விருது பெற்றுக்கொண்டார். ஆனால் பணம் வரவில்லை. இந்தியாவிலிருந்து வெளிநாட்டுக்கு பணம் அனுப்புவதில் இருக்கும் சிரமம் பலருக்கும் தெரியும். பணம் எங்கே என்று கேட்க எனக்கு கூச்சமாக இருந்தது. ஒருவாரம் சென்று ரொறொன்ரோ பல்கலைக்கழக அதிகாரி என்னை அழைத்து டொலர் 9,233 வந்து சேர்ந்த நற்செய்தியை சொன்னார். தலைவர் துளசிதாசனின் நல்ல உள்ளத்தை நெகிழ்வுடன் நினைத்துக் கொண்டேன்.

பத்து வயதுச் சிறுமி

சிறுமியின் பெயர் ஆதினி பார்த்திபன். தன்னுடைய பத்தாவது வயது பிறந்தநாள் கொண்டாட்டத்தில் கிடைத்த அத்தனை பணத்தை யும் (ஏறக்குறைய 1000 டொலர்கள்) ரொறொன்ரோ பல்கலைக்கழக தமிழ் இருக்கைக்கு வழங்கத் தீர்மானித்தார். அப்பொழுது ஒரு பெரிய வர் சிறுமியிடம் 'எதற்காக தமிழ் இருக்கைக்கு கொடுக்க வேண்டும். வேறு ஏதாவது நல்ல தர்மத்துக்கு கொடுக்கலாமே?' என்றார். அந்தச் சிறுமி 'நான் பிறந்து வளர்ந்தது கனடாவில். இங்கே தான் தமிழ்

படிக்க கற்றுக்கொள்கிறேன். என்னுடைய மொழிக்கு ஓர் இருக்கை கனடாவில் முதல் இடத்தில் இருக்கும் பல்கலைக் கழகத்தில் அமைவது எத்தனை பெருமை. இதனிலும் சிறப்பான ஒரு நன்கொடை பற்றி என்னால் சிந்திக்கவே முடியாது' என்று பதில் கூறினார்.

சந்தைப்படுத்தல்

ஒருநாள் தமிழ் இருக்கைக்கான telemarketing ரொறொன்ரோ பல்கலைக்கழக வளாகத்தில் நடந்தது. 25 பல்கலைக்கழக மாணவ மாணவிகள் தொலைபேசி முன் அமர்ந்து ரொறொன்ரோ பல்கலைக் கழகத்தில் முன்னாட்களில் படித்தவர்களை அழைத்து தமிழ் இருக் கைக்கு நன்கொடை யாசித்தனர். எல்லோருமே வேறு வேறு மொழி பேசும் தன்னார்வத் தொண்டர்கள். தமிழ் இருக்கை பற்றி அவர் களுக்கு அறிமுகம் செய்வதற்காக நான் அங்கே சென்றிருந்தேன். அவர் கள் பேசாத ஒரு மொழிக்காக அவர்கள் அப்படி உளமார உழைத்தது என்னை நெகிழவைத்தது. அன்று அவர்கள் 53 பழைய மாணவ மாணவியரிடம் 2,770 டொலர்கள் திரட்டியிருந்தனர். 'ஒரு மாணவி யிடம் ஏன் இந்த தொண்டு வேலையை செய்கிறீர்?' என்று கேட்டேன். அவர் சொன்னார், '2500 வருடங்களாக வாழும் ஒரு மொழிக்கு இருக்கை அமைந்தால் அது பல்கலைக்கழகத்துக்கு பெருமை யல்லவா?' அந்த நொடியில் என் கண்களை அவர் திறந்துவிட்டார். அதுவரைக்கும் நான் தமிழ் இருக்கை அமைவதால் தமிழுக்குத்தான் பெருமை என நினைத்திருந்தேன்.

காலைத் தொடுவேன்

தமிழ் இருக்கைக்கு இணையம் வழியாக பணம் அனுப்புபவர் களின் எண்ணிக்கை சிறிது சிறிதாக அதிகரித்தது. ஒரு முறை பணம் அனுப்பியவர்களின் பட்டியலைப் பார்த்தபோது முன்பின் தெரியாத ஒருவர் 50 டொலர் அனுப்பியிருந்தார். ஏதோ உந்துதலில் அவரை தொலைபேசியில் அழைத்து பேச்சுக்கொடுத்தேன். அவர் தன் அனுபவத்தைச் சொன்னார். முதல் நாள் அரைமணி நேரம் முயற்சி செய்தும் பணம் போகவில்லை. அடுத்த நாள் வேறொரு கடன் அட்டை வழியாக பணத்தை அனுப்ப முயன்றார். அப்பொழுது பணம் போகவில்லை. விரக்தி மேலிட ரொறொன்ரோ பல்கலைக் கழகத்தை அழைத்து பிரச்சினையை சொன்னார். அவர்கள் வழி காட்ட இவர் ஒருவாறு 50 டொலர் காசை கடனட்டை மூலம் செலுத்திவிட்டார்.

இத்தனைக்கும் எங்கள் உரையாடல் ஆங்கிலத்திலேயே நடந்தது. அவருடைய பெயர் ஆனந்த் மன்னா என்று இருந்ததால் என்

சந்தேகத்தை கேட்டேன். 'நீங்கள் தமிழரா?' அவர் 'இல்லை, நான் தெலுங்கு பேசுபவன்' என்றார். 'நீங்கள் தமிழ் பேசுவீர்களா?' அவர் தனக்கு தமிழ் பேசவோ, எழுதவோ, படிக்கவோ தெரியாது என்றார். ஆச்சரியமாயிருந்தது. 'எதற்காக தமிழ் இருக்கைக்கு இரண்டு நாட்கள் விடாப்பிடியாக முயன்று பணம் கட்டினீர்கள்?' அவர் சொன்னார், 'தமிழ் மிகப் பழமையானது. இந்திய மொழிகளில் அரிய இலக்கியங் களைக் கொண்டது. தமிழுக்கு ஓர் இருக்கை அமைந்தால் அது இந்தியர்களுக்கு பெருமைதானே.' என்னால் நம்ப முடியவில்லை. உணர்ச்சி பெருகி என் குரல் தழுதழுத்தது. நான் சத்தமாக, 'அன்பரே, உங்களை எங்காவது வழியில் சந்தித்தால் நான் உங்கள் காலைத் தொடுவேன்' என்றேன். என் மனைவிக்கு அது கேட்டுவிட்டது. 'யார்? யார்? எதற்காக காலைத் தொடவேண்டும்?' என்று பக்கத்தில் வந்துவிட்டார். அவருக்குத் தெரியும் நான் ஒருவர் காலையும் தொட் டது கிடையாது. நான் நடந்ததைச் சொன்னேன். முழுக்கதையையும் கேட்டுவிட்டு 'தொடலாம்' என்று தீர்ப்பு வழங்கினார்.

❖